"த்விஜோத்தமர்"

என்கிற

"ஆள்வினை ஆக்கம்"★



---

★ஆள்வினையாக்கம்: இடையறா முயற்சியும் நேர்மையான உழைப்புமே ஆள்வினையாக்கம் எனப்படும்.

# த்விஜோத்தமர்

ஆங்கில ஓரங்க நாடக ஆசிரியர் : வி.பாலகிருஷ்ணன்

தமிழில் : நரசிம்மன்

எழுத்து
பிரசுரம்

Title: Dvijottamar Tamil
Author's Name: V.Balakrishnan

Published by Ezutthu Prachuram



Ezutthu Prachuram
(An imprint of Zero Degree Publishing)
No. 55(7), R Block, 6th Avenue,
Anna Nagar,
Chennai - 600 040

Website: www.zerodegreepublishing.com
E Mail id: zerodegreepublishing@gmail.com
Phone: 89250 61999

Ezutthu Prachuram First Edition: August 2024
ISBN : 978-81-976351-8-2
TITLE NO EP : 521

Rs. 120/-

Layout: G.Selvakumar
Cover Design: Vijayan, Creative Studio
Printed at Rathna Offset, Chennai, India

# நன்றியுரை

இந்த நூல் வெளிவர உதவிய கீழ்க் குறிப்பிடப்படும் நண்பர்களுக்கு என் நன்றி உரியது.

இந்த ஆங்கில நாடகத்தைத் தமிழில் மொழிபெயர்க்க அனுமதி அளித்த மூலநூல் நாடக ஆசிரியர் திரு. வி.பாலகிருஷ்ணன் அவர்களுக்கு என் மனமார்ந்த நன்றி.

இந்த நூலுக்கு அணிந்துரை அளித்துச் சிறப்பித்துள்ள திரு. இராமச்சந்திரன், தமிழகத்தின் சிறந்த கல்வெட்டு அறிஞர்; தமிழ் தொல்லியல் ஆராய்ச்சியாளர். அவர் எனது பாலிய நண்பரும் ஒருசாலை மாணாக்கரும் ஆவார். அவர்களுக்கு எனது மனமார்ந்த நன்றிகள். குமாரி ரோஷ்னி ஶ்ரீதர் இந்த நூலைக் கணினி அச்சாக்க வடிவில் கொணர்ந்தவர். அவருக்கு என் நன்றி உரியது.

என் அன்பு மகள் ஜனனி, நான் எழுதியவற்றை அவ்வப்போது நாடக பாணியிலேயே படிக்கச் சொல்லிக் கேட்டு எனக்கு உற்சாகம் அளித்தவர். அவர்களுக்கு நன்றியுடன் ஆசிகளும் உரியன.

இந்நூலைப் பல ஆலோசனை வழங்கி மேம்படுத்த உதவி, அழகாக அச்சிட்டுக் கொடுத்த "எழுத்து" பதிப்பகத்து திருமதி காயத்ரி R. அவர்களுக்கு என் மனமார்ந்த நன்றி.

அன்புடன்

நரசிம்மன்

# அணிந்துரை

த்விஜோத்தமர் அல்லது ஆள்வினையாக்கம் என்ற தலைப்பில் நண்பர் நரசிம்மன் அவர்களால் மொழிபெயர்க்கப்பட்டுள்ள துரோணர் பற்றிய ஆங்கில நாடகம் கிரேக்க tragedy நாடகத்தின் அவலச் சுவைக் கூறு கொண்டதாகும். கேட்போரைப் பிணிக்கிற, செயல்படத் தூண்டுகிற அலங்கார உரையினை rhetoric எனக் குறிப்பிடுவர். Rhetoric-இன் நோக்கம் நிறைவேற வேண்டும் என்றால் நம்பகத்தன்மை கொண்ட, அறவுணர்வு சார்ந்த கருத்து (ethos), தர்க்கம் சார்ந்த காரண காரியத் தொடர்பு (logos), இரக்க உணர்வைத் தூண்டுகிற அவலச் சுவை (pathos) ஆகியன இருக்க வேண்டும் எனக் கிரேக்க அறிஞர் அரிஸ்டாடில் குறிப்பிடுகிறார். இம்மூன்று அடிப்படைப் பண்புகளும் இந்நாடகத்தில் அமைந்துள்ளன. பழமையான நட்பினைப் புதுப்பித்துக்கொள்ளும் ஆர்வம் உந்தித் தள்ள துருபதனிடம் செல்கிற துரோணர் அவமானப்பட நேரும்போதே அவர் மீது நமக்கு இரக்கம் உருவாகத் தொடங்கிவிடுகிறது. அந்த அவமானத்தைத் துடைத்து எறிவதற்கு உரிய நேரம் வந்தபோதும் “கெட்டாலும் மேன்மக்கள் மேன்மக்களே” என்பதற்கு அடையாளமாக அவர் தமக்கே உரிய சால்புடன் அதனை நிறைவேற்றிக்கொள்ள முயலும் போது அந்தப் பாத்திரப்படைப்பின் மீது இரக்கம் மட்டும் இன்றி மன நெருக்கமும் நமக்கு ஏற்பட்டுவிடுகிறது. வீரர்களுக்கு எல்லாம் ஆசானாகச் செம்மாந்த நிலையில் வீற்றிருக்கிற துரோணர் உளவியல் ரீதியான தாக்குதலுக்கு ஆளாக்கப்பட்டு

வஞ்சகமாக வீழ்த்தப்படும்போது அந்தப் பாத்திரப்படைப்பின் மீதான அவலச் சுவை முழுமை பெறுகிறது.

கௌரவம் திரைப்படத்தில் கண்ணதாசன் "கண்ணா நீயும் நானுமா" எனத் தொடங்கும் பாடலில் "அறிவைக் கொடுத்ததோ துரோணரின் கௌரவம் அவர் மேல் தொடுத்ததே அர்ஜுனன் கௌரவம்" என்று எழுதியிருப்பார். கௌரவம் என்பது குருத்துவம் ஆகும். மகாபாரதப் போருக்கே போர்த் தலைவனாக இருந்தவன் அர்ஜுனன். ஆதலால் அவனுக்கும் அந்த கௌரவம் வாய்த்தது. அத்தகைய கௌரவம் வாய்ந்தவனுக்கும் வில்வித்தை பயிற்றுவித்த, குருவுக்கும் குருவான துரோணர் என்ற அந்த மகா ஆசாரியனின் பாத்திரப்படைப்பினை நாடக பாணியில் காண்பவர் உள்ளம் கசிந்து உருகுகிற வகையில் ஆங்கிலத்தில் படைத்துள்ளார் பாலா அவர்கள். எனது நண்பரும் குருதேவருமான நரசிம்மன் அவர்கள் அதனைத் தமிழில் வசன கவிதை நடையில் சற்றும் சுவை குன்றாமல் கச்சிதமாகத் தந்துள்ளார். ஸ்வதர்மத்தில் இருந்து பிறழாத சால்புடைய துரோணரை "கௌரவிக்கும்" விதத்தில் அமைந்துள்ள இந்த நாடகத்தினை, அதன் தமிழாக்கத்தினை அறிமுகம் செய்வதில் மட்டற்ற மகிழ்ச்சி அடைகிறேன்.

எஸ். இராமச்சந்திரன்<br>சென்னை – 600 044

# முன்னுரை

மஹாபாரத கதாபாத்திரங்கள் எல்லாமே ஒன்றை ஒன்று மிஞ்சி நிற்பவை! வாழ்க்கைப் போராட்டத்தைத் தத்தம் வழியில் முன் எடுத்துச் செல்பவை!

அந்த வகையில் துரோணர் என்கிற துரோணாசாரியர், மஹாபாரதம் என்கிற பெருந் தேரின் கடையாணி ஆவார். அந்தப் பெரிய அச்சில் சுழன்ற சக்கரங்களே, அவரது சீடர்களான பாண்டவ - கௌரவ இளவரசர்கள்.

எதிர் எதிர் நின்ற அவர்களை வார்த்தெடுத்த வில்வித்தை நாயகர் - த்விஜோத்தமர் - இருபிறப்பாளர், துரோணாசாரியர்!

எத்தனையோ வல்லமை பெற்ற துரோணர், வறுமையில் வாடிய தமது வாலிபப் பருவத்தில், குருகுல அரசின் இளவரசர்களுக்கு வில்வித்தை கற்பிக்கும் ஆசானாகப் பணியில் சேர்ந்து வாழ்க்கையைத் தொடங்கினார்; அரசவை ஆச்சார்யராக, பிரதம ஸ்தானத்தை அடைந்தார்.

மன்னன் துரியோதனன், மஹாபாரத யுத்தம், தான் தொடங்கும் முன், ஆச்சார்ய துரோணருக்குத் தனது படையின் வீரர் கூட்டத்தை வரிசைப்படுத்திக் கூறுகையில், "நீங்கள், பீஷ்மர், கர்ணன் ("பவான் பீஷ்மஸ்ச கர்ணஸ்ச" ஸ்ரீமத் பகவத் கீதை ஸ்லோகம் 1.8) என்று தொடங்குகிறான் என்று ஸ்ரீமத் பகவத் கீதை சொல்கிறது.

துரோணாசாரியரை அத்தகைய உயர்ந்த நிலையில் வைத்திருந்தான், மன்னன் துரியோதனன். துரோணாசாரியரும் அவனுக்காக எதையும் செய்யத் தம்மை அர்ப்பணித்துக் கொண்டார்.

துரோணாசாரியர் விரும்பியதை எல்லாம் பெற்றிருந்த போதும் அவரது புத்திர பாசம் அவருக்காகக் காலதேவன் விரித்த வலை என்று தோன்றுகிறது!

பீஷ்ம பிதாமஹர், போரின் பத்தாம் நாள் வீழ்ந்தபின் சேனாதிபதியாகப் பதவி ஏற்றார், துரோணர். தம் உயிர் மூச்சு உள்ளவரை போராடிப் பல்லாயிரக்கணக்கில் எதிரிகளை அழித்துப் போரை முன் எடுத்துச் சென்றார்.

இறுதியில் தர்மமற்ற வழியில் தாம் செல்கின்ற போர்ப் பாதையில் கலங்கிச் சோர்ந்து போய்த் தனது உயிரைத் துறக்க நேரிடுகிறது. அவரது இறுதித் தருணம், கல் நெஞ்சையும் கரைத்துவிடும். துரோணாச்சாரியாரின் வில் வித்தையும், மாவீரமும் மெல்ல மெல்ல மூச்சடங்கிப் போர்க்களத்தில் அவர் சாயும் போது, சூனியம் நம்மைச் சூழ்ந்துகொள்கிறது!

திரு. பாலகிருஷ்ணன் அவர்கள் நடித்து இயக்கிய "த்விஜோத்தமா" என்கிற ஆங்கில ஓரங்க நாடகத்தைப் பார்த்தபோது, நான் மெய் குலுங்கி என் உள்ளே அழுதேன்; வியாச பாரதத்தின் புதுப் பரிமாணத்தைக் கண்டு வியந்தேன்!

ஆங்கில வரிகளின் கோர்வையும், சந்தமும், வார்த்தை ஜாலங்களும் காண்போரைப் புதிய உலகிற்கு அழைத்துச் சென்றன!

எனக்குள் ஓர் ஆசை துளிர்விட்டது! இந்த இலக்கிய விருந்தைத் தமிழில் - கவிதை நடையில் - ஓரங்க நாடகமாகப் படைக்க விரும்பினேன்.

திரு. பாலகிருஷ்ணன் அவர்களை அணுகி அனுமதி கோரினேன். அவரும் இதைத் தமிழ்ப்படுத்தினால், அதைத் தாம் தமிழ் நாடகமாக அரங்கேற்ற விரும்புவதாகக் கூறி, என்னை ஊக்கப்படுத்தினார். அவருக்கு என் மனமார்ந்த நன்றி!

இந்த நாடக இலக்கிய வடிவத்தில் எளிய பதங்களைக் கூட்டி, வசன கவிதையாகப் படைத்திருக்கிறேன்.
இந்த நூல், மேடையில் பேசி நடிக்கக் கூடிய வகையில், எளிய பதங்களும், பிரிந்த சொற்கட்டும் கொண்ட, நீண்ட கவிதை நாடகம்.
இதை "த்விஜோத்தமர்" என்ற பெயரிலேயே - ஆங்கில மூல நாடகத்தை அடியொற்றியே - கருத்தில் சிறிதும் பிறழாமல் இயற்றி இருக்கிறேன்.
வாசகர்களும், இந்தக் கவிதை நாடகத்தைக் கண்டு மகிழும் அன்பர்களும், எனது முயற்சி சிறக்க வாழ்த்துமாறு வேண்டுகிறேன்!

நன்றி... வணக்கம்.

# த்விஜோத்தமர்

## *காட்சி 1*

*அதோ போகின்றான் ஓர் அதிசய மனிதன்.*

*உயர்த்திய வில்லும், கவிழ்ந்த சிரமும்*
*கொண்டு நடக்கிற அதிசய மனிதன்.*

*மனையாள் தொடர*
*அவளைத் தொட்டு நடக்கும் பாலகன் போகிறான்.*

*இவர்கள் விம்மலும், மூச்சும் வெளியே வராமல்,*
*அடங்கி ஒடுங்கி நடப்பதும் ஏனோ?*

*காலக் கணக்கு புரியாமல், காட்சிப் பிழையை நினையாமல்*
*வருவது வரட்டும் என்பது போல்*
*இந்த அதிசய மனிதன் போகின்றான்.*

*ஒட்டிய வயிறு, பசி எட்டிய ஏக்கம்!*
*காற்றினில் பூணூல் கழல்வது போல*
*தோளினில், மார்பினில் கிடந்து தவித்தது.*

*சுகமும், சோம்பலும் அறியா பிராமணன்!*
*அதுவே அவனது குடும்பமும், உறவும்!*

*யாக வேதியில் அனல் பட வாடும்*
*வேள்வித் தூண்போல் வறண்ட உடலினர்;*
*அதனால், தளர்ந்த நடையினர்.*
*காட்டுப் பாதையில் கடுகி நடந்தே*
*நாட்டினில் புகுந்தனர்;*
*வந்தனர் கோட்டை வாயிலை நோக்கி!*
*வடக்கினில் ஆளும் மன்னர்கள் பணியும்,*
*அரண்மனை வாயில் வந்தனர்,*
*நின்றனர்.*

*அவன் ஒரு கணம்,*
*பாஞ்சால நாட்டு மன்னனை நினைந்தான்,*
*ஒரு கணம் மலைத்தான்.*
*வில் நாண் தாங்கும் வீரிய மறையவன் அல்லவா?*
*தனது உணர்வெலாம்*
*உள்ளே ஒடுக்கி மறைத்தான்.*

*“யார் நீ? நிற்க!”*
*என்றே வாயிற் காவலர் தடுத்தனர், கேட்டனர்;-*
*“ஏது நும் ஊர்? எதனால் இங்கு வந்தீர்?”*
*எண்ணிலாப் புரோகிதர்*
*மன்னன் பால் இரக்க வருவது நினைத்தே*
*ஓங்கிய குரலில் கேட்டனர்;*
*ஆனால், பண்புகள் ஏதும் குறைவு படாமல்.*

*நன்று, நன்று கேளுங்கள் என்றே*
*தன்னை அறிவித்தான்;*
*தகைமை அறிந்தே!*

"அபிவாதையே-
ஆங்கீரஸ, பார்ஹஸ்பத்ய
பாரத்வாஜ த்ரையா ரிஷயா: பிரவரான்வித:
பாரத்வாஜ கோத்ரா: ஆபஸ்தம்ப ஸூத்ர:
யஜுஸ்ஷாகாத்யாயி, துரோண ஷர்மா நாம
அகம் அஸ்மி போ:||

(என்னை அறிவீர்களாக-
நான்
ஆங்கிரஸர், ப்ருகஸ்பதி, பாரத்வாஜர்
என்கின்ற மூன்று ரிஷிகளின் வழிவந்தவன்.
பாரத்வாஜ கோத்திரத்தைச் சேர்ந்தவன்;
ஆபஸ்தம்ப ஸூத்திரப்படி நடப்பவன்;
யஜுர் வேதக் கிளையைப் பயில்பவன்;
துரோண ஷர்மன் என்பது எனது பெயர்.")

துரோணரின் சொற்கள்
மந்திரி மார்களை வணங்கிட வைத்தன.
முகமன் கூறி
அரச சபைக்கு அனுப்பினர் உடனே!

"த்ருபதா, பரத்வாஜரின் மைந்தன் நான்,
த்ரோணியில் ஜனித்தோன்,
ஆடை அவிழ நடந்த அழகி
க்ருதாஸி என்கிற வானவர் மங்கை
தன்னைக் கண்டு மயங்கி என் தந்தை,
விடுத்த விந்து வீரியம் கொண்டு
பானையில் சேர்ந்து வளர்ந்து பிறந்தது.
அங்கே பிறந்தேன்; அதனால் த்ரோணன் என்று ஆனேன்.

போர்க்கலை, யுத்த தந்திரம் எல்லாம்
அக்னிவேஷ முனியிடம் கற்றேன்!

என்னைப் பெற்ற தந்தை அளிக்கக்
கற்றேன் வேதக் கல்வியை முழுதும்!

பரத்வாஜரின் குருகுலப் பள்ளியில்
பயின்ற நாளில்
நீயும் நானும் ஒரு சாலை மாணாக்கராய்
நெருங்கிய நண்பர்கள் போல இருந்தோம்!

பரசுராமரின் அஸ்த்ர சஸ்த்ரம்
யாவும் எனது வசப்படக் கற்றேன்!
ஆயின், உலகினில் வாழ
அதீத ஞானமும் ஆற்றலும், அறிவும்
அடைந்தால் மட்டும் போதாது ஐயா!
பொற்குவை மற்றும் தானியப் பொதிகள்
வேண்டும், வேண்டும், வேண்டும்!

பால் நினைந்தழுத
என் பிள்ளையின் அழுகுரல் உலுக்கி எழுப்ப
உணர்ந்தேன் எனது அவல நிலையை!
உள்ளுயிர் கலங்கி, எழுந்தேன்!

த்ருபதா, நான் தர்மம் கேட்டு வந்தேன் இல்லை,
தோழமை கருதியே அணுகினேன், உன்னை.
பொருந்தி அமர்ந்து, பேசிக் களித்து,
அறமும், பொருளும், ஆக்கமும் தெளிந்து
மகிழ்ந்து பண்டுபோல் பாலர்களாகி,
நம்மைப் பெற்றோர் வானிடை மகிழக்
காண்போம் வாராய், தோழனே, த்ருபதா!"

விந்தைப் பேச்சு,
வெற்றிடம் கொண்ட கொச்சைப் பேச்சு.
புருவம் நெறித்துப் பார்த்தான் த்ருபதன்.

காந்தாரத்தின் கள்ளூறும் தேறல்
மாந்தி, அருந்தி, மயங்கி இருந்தோன்
சொல்வது அறிவற்றுச் சொல்வதைக்கேளீர்!

"தானமாய்ப் பசுவும்,
பசிக்கு நல் சோறும்,
காசுகள் சிலவும் கொடுத்து,
அனுப்புக இந்த அறிவிலா மகனை."
என்று சிரித்தான்
பாஞ்சால தேச மன்னவன், த்ருபதன்.

"பொறு, த்ருபதா, பொறு.
நான் த்ரோணன், உனது பாலிய நண்பன்.
நீ முன்பு பாலகனாய் இருந்த போது
வாக்களித்திருந்த உனது அரசாட்சியைக் கேட்கவோ,
உரிமை கோரவோ,
இப்போது நான் வரவில்லை.
உனது உடைமைகளில் சரிபாதி
தருகிறேன் என்ற குழந்தைத் தனமான
உனது வாக்குறுதியை எண்ணிக் கொண்டும்
நான் வரவில்லை.
நான் கேட்பதெல்லாம்
அன்பு மேலிட்டு உன்னைத் தழுவிக்கொள்ள;
அன்யோன்யமாகப் பொழுதை உன்னோடு அனுபவிக்க;
நட்பின் இன்பத்தை நுகர்ந்து
அமைதி அடைவதைத் தான், நண்பா!"

"ஏ ப்ராமணனே! நட்பு என்பது
சமமான அந்தஸ்து உடையவர்களின்
இடையே தான் இருக்க முடியும்.
நான் அருந்தும் ஒரு கோப்பை மதுவின் விலைக்கு-
நீ, உன் மனைவி, உனது மகன்

ஆகிய மூவரையும் ஏலத்தில் விற்றால்
கிடைக்கும் பணம் கூட ஈடாகாது.
உனது உடலில் இருந்து வீசும் துர்நாற்றம்
நான் இப்போது சுவைத்துக் கொண்டிருக்கும்
மதுவின் சுவையையே
பாழாக்கி விட்டது.
உனது துர்நாற்றத்திற்கும்,
உனது அதிகப்ரசங்கித் தனத்திற்கும்,
உனது திமிருக்கும்
கசையடிகள் கொடுப்பதற்கு முன்பு
இங்கிருந்து போய் விடு."

"மது போதையில் தடுமாறும்
உன்னை நான் மன்னித்து விடுகிறேன்.
தெரிந்துகொள்-
எனது வில்லின் வலிமையால்
உன் நாட்டையும், மணிமுடியையும்,
ஒருசேர என்னால் அடைந்திட முடியும்!
ஆனால், கவலைப் படாதே!
நான் இப்போதே போகிறேன்!"

"ஓய், பிச்சாண்டி ப்ராமணனே!
உன் வில்லைக் காட்டி, மிரட்டி
என் செல்வத்தைச் சூறையாடுவதாகக் கொக்கரிக்காதே.
என்னோடு முடிந்தால், போரிடு.
மகிழ்வேன்.
கோணல் மாணலாய்க் கவிதை சொல்லி
என்னைப் புகழ்ந்து பாடு,
சிரிப்பேன்.
விழுந்து, பணிந்து
எனது பரம்பரையை வாழ்த்து,

வீசி எறிவதை எடுத்துக் கொண்டு
ஓடிப்போ!

என்ன ஆணவம் உனக்கு?
என்னை நண்பன் என்றழைக்க?
சோற்றுக்கு வழியில்லாத உனக்குப்
பிள்ளை, பெண்டாட்டி ஒரு கேடா?
அப்பனைப் போலவே பிள்ளை,
காரணம் இல்லாத காமக் களியாட்டம்.
நான் இட்டதை ஏற்று
நடையைக் கட்டு.
இல்லையேல், நீ இஷ்டப்பட்டால்
அந்த வில்லை எனக்கு விற்றுவிடு!
பாவம், உனது சூம்பிச் சோர்ந்த
புஜங்களால்
அந்த வில்லைத் தூக்கக் கூட முடியாது!"

பாரத்வாஜ புத்திரன் முகத்தைப்
பார்த்தோமானால் நெஞ்சு குமுறும்;
கேலிப் பேச்சும் வைதலும் கூட்டி
அவமதித்த செய்கைகள் யாவும்
நாளத்தில், நரம்பில், குருதியில் கலந்து
கண்ணீராகத் தெறித்து விழுந்தது.

அவன் சபைதனை விடுத்து-
வெளியே நடந்து
வார்த்தைகளற்றுத் திரும்பிச் சென்றான்;
பெண்டும் பிள்ளையும் கலங்கி அழுதனர்.

(யமனைக் குறித்து சாம வேதப் பாடலை ஓதியவாறு நடக்கிறான் துரோணன்)

*என் தந்தையின் மீதும்,*
*பாட்டனின் மீதும்,*
*மூலப் பழம்பெரும் பெரிய தாத்தன்*
*பிரமனின் மீதும், சூளுரைக்கின்றேன்:*

*எள்ளிப் பேசிய சொற்களுக்காக,*
*எடுத்துத் தெறித்த வார்த்தைக்காக,*
*எதுவும் செய்து எவ்வணமேனும்*
*த்ருபதன் வீழ்ச்சியை ஆக்கிட முயல்வேன்!*
*அதுவரை நான்*
*என் தலை முடி சீவேன்;*
*சேர்த்து அதை முடியேன்;*
*தைலம் எதுவும்*
*செறிந்து ஊட்டேன்!*

*எனது அன்பே, என் மகனே*
*பசியும், தூக்கமும் இனி நமக்கில்லை.*
*எடுத்த அடிகள் தொடர நடந்து*
*அடைவோம் ஆனைகள் ஊராம்*
*அத்தினாபுரியை விரைவில்.*

# காட்சி 2

*வாழை இலையில் மடித்து வைத்து
இங்கே வந்திருப்பது என்ன தெரியுமா?
ஏகலவ்யனின்
வலது கட்டை விரல்!
கதறுதல் இல்லை;
உதடுகள் குவியக்
கடித்தான் இல்லை!
மந்தஹாஸச் சிரிப்பைக் காட்டித்,
தந்தான்
மாமிசப் பிண்டமாய்த்
தன் விரலை.*

*ஹிரண்யதனுசின் புத்திரன் நெருங்கி,
என் கண்கள் பனிக்க வணங்கியும்
நின்றான்!
கலக்கம் இல்லா இதயத்தோடு
குரு தக்ஷிணையைக்
கொடுத்து மகிழ்ந்தான்.
என்னே வீரம்! இவனே என் சீடன்!*

நிஷாத நாட்டு இளவல்,
ஏகலவ்யனை
எப்படி என்றன் குருகுலம் சேர்ப்பேன்?
நினைக்கவும் ஒண்ணாது!
செய்தல் கூடுமோ?

குரு தேசத்து எல்லையைத் தாக்கி,
மக்களை, மாட்டு மந்தையைக் கடத்தி,
அடிமைகளாகக் கொண்டு செலுத்தி,
நாட்டின் பயிரைத் தீக்கிரையாக்கும்
நிஷாதப் பதரை
எப்படி எங்கள் பள்ளியில் சேர்ப்பேன்?
எல்லையில் வாழும் நிஷாதர்கள் எல்லாம்
எங்கள் நாட்டின் எதிரிகள் அல்லரோ?

ஏகலவ்யனை-
போர்க்கலை விளக்கி,
எல்லாக் கல்வியும் எழுத்தறிவித்து
வளர்த்து விடுவது, பெருந்தவறல்லவா?
மனக்குரல் தெளிவாய்ச் சொன்னதைக் கேட்டு
மறுத்தேன் அவனை என் குருகுலம் புகவே!

ஆனால் அவனோ
என்னைக்
காணாமலே கற்க நினைத்தான்!
தன் எண்ணம் முழுதும்
என்னை நிரப்பி,
ஏக சித்தம் இருந்து விளங்கி,
காட்டின் நடுவே மேடு சமைத்தான்!
மேட்டின் மீது இலக்கை நிறுத்தி,
எய்த கணைகளைக் குறியில் எறிந்தான்.
பழுதிலாக் குறியால்,

பற்பல வில் வித்தைகள் கற்றான்.
பொய்யெனப் புரட்டுளன
உலகோர் சொல்லினும்,
பார்க்கும் உண்மையை
மறைத்திடப் போமோ?
விற்போர் கலைகள் தந்திரம் இல்லை,
மாயா ஜாலக் கோடுகள் இல்லை,
அம்புகள் நாணை உதைத்து எழுவது,
உண்மை.
அதனைக் கண்களால் காண்பதும்,
உண்மை.
தானே நாட்டிய மேட்டில் கற்றது சலித்தது,
அதனால்–
ஏகலவ்யன்,
என் மாணவர் காண,
தான் கற்றதைக் காட்டினான்.

எம் மாணவர் கண்டனர்,
பொங்கினர் நெஞ்சம்.
பொய்யால் கற்ற கல்வியால்,
நீயும் பொய்யன்!
நீ யாரிடம் கற்றாய் என்றனர் கூவி!
'என்னிடம் பயின்றேன்.'
என்று உரைத்தான் ஏகலவ்யன்.
கேட்டதும் நெஞ்சில் பொறாமை மிஞ்ச
குருகுலம் நோக்கி ஓடினர் எல்லாரும்.

நான் குரு என்றால்,
என் தட்சிணை எங்கே?
நானோ தட்சிணை ஏதும் பெற்றேன் இல்லை!
ஏகலவ்யனை எச்சரித்தனுப்பினேன்!

கட்டை விரலைக் கொண்டு
நான் என் செய்வேன்?
அவர்கள் சொல்வது போல்
கொடிய நெஞ்சக் கயவன்
அல்லன் நான்!
நான் நினைத்தால்
அவன்
'விற்போர் கற்க வேண்டாம்' என்றே
ஆணையிட்டிருப்பேன்-
அவனும் கேட்டிருப்பான்!

ஏகலவ்யன் பணிந்து போனான்,
எல்லையில் நிஷாதர் தாக்குதல் குறைந்தது.
மிக நெடுங்காலம்
ஆசானாக நானிங்கு இருக்கிறேன்.
வறியதோர் உழவன்
பயிர்களை வளர்த்துப் பலன் தருநாளை
ஏங்கி நோக்கும் இயல்பது போலக்
குரு வம்ச மாணவர்
வளர்ச்சியைப் பார்த்துப் பார்த்துக்
களித்து வாழ்கிறேன்.

அர்ஜுனன் எனது அருமை மாணாக்கன்,
வில்லின் வித்தக ஞானம் மிகுந்தவன்!
உறங்கும் போதும்
நாண் பூட்டுவது போல்
கைகளை வைத்து உறங்கும் வினோதன்!

என் மகன்
அஸ்வத்தாமன் அறிவான்,
எனது போர்க்கலை நுணுக்கம்
யாவும் தெளிவாய்;

ஆனால், அர்ஜுனன் மட்டுமே
கணைகளைத் தன் விருப்பம் போலத்
தொடுக்கவும் வல்லவன்!
எந்தக் கணையையும்
நினைத்த வண்ணம்
செலுத்தவும் வல்லவன்!
நான் எனது மாணாக்கன் அர்ஜுனன் என்று
பீடும் பெருமையும் கொண்டு நடக்கிறேன்.
காரணம் இருந்தது
இவர்களை வளர்த்து ஆளாக்க!

கல்வி தொடங்கிய நாளில்
இவர்கள் கொடுத்த வாக்கைப்
பூர்த்தி யாக்க
வளர்ந்து நிற்கின்றார்.
இப்போது, இவன்
ஏழை அந்தணன்,
“பொன்னோ, பொருளோ,
மாடோ, மணியோ,
தக்ஷிணையாகத் தருவோம்”
என எண்ணியிருப்பார்.
ஆனால் நானோ
விருந்து ஒன்று கேட்பேன்!
ஆம்!
த்ருபதன் அருகினில் அமர்ந்து,
பொன்னால் இழைத்த
கோப்பைகள் நிறைய மதுவகை அருந்தி,
பாஞ்சால நாட்டின்
இன்சுவை உணவை
வாயினில் சுவைத்து,
மகிழ்ந்து குலவும் மாபெரும் விருந்து!

*பொறுங்கள்!*
*என் மாணவர் இதனை*
*நிகழ்த்திடும் முன்னர்,*
*குருகுலப் பெரியோர்*
*கூடிய அவையில்,*
*குருகுல வாசம் முடிந்தது*
*என்றறிவிப்பேன்!*

*என் அருமை மாணாக்கர்,*
*பாகீரதியின் கரைகளில்*
*விரைந்து, அணிவகுத்து*
*த்ருபதன் செருக்கை அடக்கி,*
*அவனது ஆணவம் முடங்க,*
*ராஜகம்பீரம் கரைந்து குலைய,*
*கொணர்ந்தென் அடியினில் விடுப்பதன் முன்னே-*

*நிலத்தை வணங்கி,*
*அளந்து பார்த்துத்,*
*தெய்வங்கள் பெயரைக் கூவி அழைத்து,*
*எருதும் பசுவும் கொண்டு*
*நன்குழுது,*
*அரங்கம் ஒன்றை அமைப்பீர்-*
*என் சீடர்கள் பயின்ற*
*வித்தையும், கலைகளும்,*
*யாவரும் காண*
*அரங்கம் அமைப்பீர்,*
*என்று முழங்குவேன்.*
*இஃது எனது ஆணை!*

# காட்சி 3

*“குருகுலம் பிறந்த குமரவீரர்களே!*
*தருமம் இல்லாத மானுடர் வாழ்வில்,*
*வெற்றிகள் ஈட்டினும்,*
*அது வீரியம் இல்லை.*
*இளமையும் வனப்பும்,*
*சீராய்த் திகழும் மேனியழகும்,*
*எண்ணிப் பார்க்கின்,*
*ஒன்றும் இல்லை!*
*எல்லாம் வீணே!”*

*“மங்கலமான இந்த நன்னாளில்–*
*பாரத்வாஜ ரிஷியின் மைந்தன்,*
*ஆங்கிரஸ குலத்தில் வந்தவன்–ஆகிய*
*த்ரோணன், எனும் நான்,*
*ஹஸ்தினாபுரத்தின் மாட்சிமை தாங்கிய*
*மாபெரும் சபையை வணங்கிடு கின்றேன்!*
*நாளை நமது நாட்டைக் காக்கும்*
*வலிமையும், திறமையும் பெற்றிருக்கின்ற*
*எனது மாணவர் இவர்களைப்*

*பெரியோர் காண அழைத்திவண் வந்தேன்.*
*ஆசிகள் தருவீர் வேண்டி நிற்கின்றேன்!*

*திருதராஷ்டிரர் பெற்ற மக்களே!*
*பாண்டுவின் மகன்களே!*
*நான் சொல்லும் வார்த்தையை,*
*நன்கு செவி மடுப்பீர்!*
*கூடியிருக்கும் குடிகளே, கேளீர்!*
*வீர சாஹஸங்கள், விற்பெரு வித்தைகள்,*
*தேகத் திறன்மிகு யுத்த விளையாட்டுகள்,*
*யாவையும் கண்டு களியுங்கள்.*
*ஆனால்,*
*ஓலங்கள் இட்டும், கேலிகள் பேசியும்*
*அணிகள், வரிசைகள் என்று பிரியாதீர்! பிரிக்காதீர்!*
*இங்கே நடப்பது போட்டிகள் அல்ல!*
*முனைந்து கற்ற மாணவர்*
*தாங்கள் பெற்ற திறமையின்*
*வீர வெளிப்பாடு.*

*நீங்கள் யாவரும் காணும் போது*
*கண்ணிலும், கருத்திலும்*
*குருகுலம் ஓங்கி வளர*
*உழைக்கப் போகும்*
*இராஜபுத்திரர் பெருமை ஈது என்றே,*
*வாழ்த்தி நெஞ்சில்*
*போற்றி மகிழ்வீர்!”*

*கதைகள் மோதின,*
*கணைகள் பறந்தன.*
*ஈட்டிகள் எதிர்த்துக்,*
*கிழிந்து விழுந்தன.*
*எருதுகள் கொம்பெலாம்*

இரண்டாய்ப் பிளந்தன.
கடல் இரண்டெனப்
பொங்கி வழிந்தன.
காலப் பிரளயக் காற்றினைப் போலே,
சுழன்றன காட்சிகள்.
வீசிய ஆயுதம் விழுந்து சிதறின.
அஸ்வத்தாமன் இடையினில் புகுந்தான்,
இல்லையேல்,
பீமன் துர்யோதனனை வீழ்த்தி இருப்பான்.
சாகஸக் காட்சிகள் நடந்தேறின நன்றாய்!
கரகோஷம் எழுந்தது,
வாழ்த்தொலி எங்கும் கேட்டது!

நடந்தது யாவும் நன்றே என்று
எண்ணும் முன்னே–
எதிர்பட வந்தது
யாரும் நினையா எதிர்க்குரல் ஒன்று!

ஓ! எனது மாணாக்கன்–
அரசர் குலம் பிறவா,
எனது மாணாக்கன்.
மன்னனின் தேரோட்டி
சூதனின் மைந்தன்.
மாட்சிமை மிக்க
சபையில் புகுந்தான்.
கையில் வில்லேந்தி,
கர்ஜனை செய்தான்!
இவ் வரங்கம் மன்னவர்க்கல்லது,
மற்றவர்க்கில்லை,
என்று நான் சொன்னதைக்
கேட்டான் இல்லை.

பற்பலர் என்னிடம் கற்றனர்; அவர்
அவர்தம் தகுதிக் கேற்றதைப் பெற்றனர்.
இன்றைய நாளின்
நிகழ்ச்சிகள் எல்லாம்
அரசகுலத்தார்
தனிப் பெரும் உரிமை.
எப்படி இங்கே இவன் வரலாகும்?
அவன் தன் வீரம் காட்டிடலாகும்?

ஆனால் இவனோ,
ஆற்றல் பெருகித் தோற்றினான் தன்னை,
கண்டோர் வியந்து மயங்கி அயர்ந்தனர்.
நான் அர்ஜுனன் தன்னை விஞ்சினான்
என்று சொல்லிட மாட்டேன்;
ஆனால் இருவரில் வல்லவர் எவர்
எனச் சொல்ல
என் மனம் பொறாது!

அர்ஜுனன் என்னிடம்
ஓடோடி வந்தான்.
அவனுடன் போரிட
அனுமதி கேட்டான்.

துரியோதனனும், என் மகனும்,
நூற்றுவர் மற்ற கௌரவர் எல்லாம்
கூடினர் ஒன்றாய்,
'கர்ணன், கர்ணன்' என்று
அவன் புகழ் பாடி!
பாண்டுவின் மக்கள் மொய்த்தனர்;
இரைதனைச் சூழும்
ஓநாய்க் கூட்டம் ஒன்றது போலே
கர்ணனை அடக்கி ஒடுக்க!

*நான் என் செய்ய?*
*அரங்கில் நுழைந்து கலவரம் செய்யும் இவனைப்*
*போற்றிப் புகழவோ?*
*அல்லது -*
*மாட்சிமை மிக்கசபைதனைச்*
*சந்தி சிரிக்க வைப்பவன்*
*இவனோடு, கர்ணனோடு,*
*'அர்ஜுனா, போரிடு'*
*என்று உரைக்கவோ?*
*எது நடந்தாலும்*
*அது பெருந் தவறு!*

*நடந்தால்?*
*வெற்றிக் குருதி*
*வெல்பவன் ரத்தம்*
*அழுக்கைத் துடைத்து*
*அவனை உயர்த்தும்!*

*அர்ஜுனன் வென்றால்,*
*த்ருபதன் அழிவது நிச்சயம்!*

*கர்ணன் வென்றாலோ?*
*துர்யோதனன் நான் கேட்கும் குருதக்ஷிணையைப்*
*பெற்றுத்தர மாட்டானா, என்ன?*

*இன்றைய நாள் முடிந்தது-*
*ஆனால் சுபமாகவா? இல்லை.*
*இந்திரன் விடுத்த மேகக் கூட்டம்*
*சூரியனின் கதிர்களை மறைத்தன,*

*குந்தியின் முலைகள் கண்ணீர் விழுந்து நனைந்தன;*
*ஆங்கே பாலும் சற்றே கசிந்தது,*

பீஷ்ம பிதாமஹர்
தர்ப்பைக் கட்டையும்,
வெற்றிலைபாக்கையும்,
பட்டு வஸ்திரத்தையும்
எனக் களித்து, கௌரவித்தார்.

இன்றைய விளையாட்டு விழா
நடு நிலையாக நடக்க, நடத்த, நான் எண்ணினேன்.
மகிழ்ச்சி வேண்டினால்
வெல்பவர் இல்லை,
தோற்பவர் இல்லை.
இன்று, அங்க நாட்டு அரசு எழுந்திட,
ஆதவன் மறைந்தான்.
ஆனால் ஏனோ சந்திரன் சற்றே தேயத் தொடங்கினான்.

# காட்சி 4

*“ஜய விஜயீ பவ!*
*செல்லுங்கள்!*
*த்ருபதனைச் சிறை பிடித்து*
*என்னிடம் கொண்டு வாருங்கள்!*
*அதுவே, நீங்கள்*
*எனக்குக் கொடுக்கும்,*
*குருதட்சணையாகும்.*
*ஊக்கத்தோடு*
*கொடுக்கும் அத் தட்சிணை*
*கொடுத்த வாக்கை நிறைவேற்றி*
*உங்களை எல்லாம்*
*விடுதலை செய்யும்!*
*எனக்காய் நீங்கள்*
*பட்ட கடனும் கழியும்!”*

*‘செய்து முடிப்போம், குருவே,*
*செய்து முடிப்போம்!’*
*கூவினர் எனது சீடர்கள் எல்லாரும்!*
*பாஞ்சாலத்தான்*

செருக்கை அடக்க
விரைந்தனர் யாவரும்.
கர்ணன், விகர்ணன்,
சுலோசனன், துர்யோதனன்,
துச்சாதனன், யுயுத்ஸுவும் கூட.
கோலாகலமாய்ப்
போட்டிகள் போட்டு,
வீதியில் ஓடினர்
தாக்குதல் நடத்த!

யக்ஞசேனன் எனப் பெயருடைய த்ருபதன்
எழுந்தான்,
தனது தலைநகர் காத்திட
விரைந்தான்.

வெண்மை பொலிந்த
தேரினில் ஏறி
கிள்ளிக் களைந்தான்
பகைவர்கள் திரளை.
அம்புகள் மழையாய்ப் பொழிந்தன,
கூச்சல்கள் எங்கும் எதிரொலித்தன!
த்ருபதனோ எளிய
பகைவன் அல்லனே!
என் அருகில் நெருங்கி
அர்ஜுனன் சொன்னான்,
“ஆசார்யரே, அகன்று நீர் நில்லும்!
த்ருபதன் எளிதாய்ப்
பணிபவன் இல்லை.
கூட்டச் சண்டைகள்
குறையும் மெதுவாய்,
களைத்து விழுந்து
பின்வாங்குவர் தாமே!

அந்த அப்போதினில்-
த்ருபதன் தோல்வியை
நிர்ணயம் செய்வோம்!"

பாஞ்சால மன்னன்
உறுமி எழுந்தான்!
அவனது கணைகள்
கௌரவர் சங்கொலியையும், முரசின் ஒலிகளையும்,
ஒலிக்க ஒண்ணாது துரத்தின.
கௌரவர் கூட்டம் சிதறி ஓடிற்று
அவனோ அவர்களைப்
போர்க்கள நிலத்தில்
போட்டு மிதித்தான்!
வீரரின் அணிகள்-
கர்ணன், துர்யோதனன்,
துச்சாதனன், சுபாஹு,
தீர்கலோசனன்,
என்பவர் எல்லாம்
எங்கோ சென்று மறைந்து போயினர்!

பாண்டவர் ஐவரும்
பார்த்தனர் இதனை.
நரம்பு புடைத்துப் பொங்கினர்.
அர்ஜுனன் நடுவே தேரினில்
ஆரோஹணித் தான்;
தேரைச் செலுத்தினர்
நகுல ஸஹாதேவர்கள்;
பீமன் முன்னே சென்று
ஓடினான் தாவி!
தருமன் சற்றே அகன்று நின்றான்!

ஏதோ பேரிடர் வரும்
என்று தருமனின் உள்மனம் சொன்னது!
பெருங்கடல் புகுந்திடும்
மகரம் போலே,
அர்ஜுனன் போர்முனை புகுந்தான்!
யமனைப் போலே
கலக்கினான் புகுந்து!
இரட்டைச் சோதரர்
பொங்கிடும் கடல் போல்,
பேரொலி எழுப்பினர்!
த்ருபதன் படைகளை
ஓட ஓட விரட்டினான்
அர்ஜுனன்!
வில்லை எடுத்தது எப்போது?
கணைகளைத் தொடுத்தது எப்போது?
சத்யஜித் என்ற தளபதி
புறமுதுகிட்டு ஓடிப்போனான்.
முற்றும் முழுவதும்
பாண்டவர் முன்னேறினர்!

கலங்கிய த்ருபதன்
பாண்டவர் ஐவரை
நோக்கிப் பாய்ந்தான்!
ஆனால் இந்திரன் மைந்தன்
ஒடுக்கினான் அவனை!
அர்ஜுனன்,
த்ருபதன் தேரினுள் குதித்தான்,
தனது குத்தரிவாளைத்
த்ருபதன் கழுத்தினில் நெருக்கினான்.
பாஞ்சாலப் படைகள்
பஞ்சாய்ப் பறந்தன!

*அர்ஜுனன் விடுத்த*
*அழைப்பை நான் கேட்டேன்;*
*'த்ருபதன் படைகளை*
*எவரும் கொன்றழிக்காதீர்.*
*உயிருடன் பிடித்துத்*
*தருவோம்' என்று நம் சூளுரை.*
*உரைத்த வாக்கு மறவாதீர்!*
*நிறுத்து பீமா!*
*நகுல சஹாதேவர்களே*
*உங்கள் வாளினை*
*உறையினில் இடுங்கள்.*
*சஹாதேவா, தேரினை விடு*
*நம் ஆசானை நோக்கி!*
*வெற்றி, வெற்றி, வெற்றி!*

*"த்ருபதா,*
*தலைநகர் அழிந்தது;*
*உன் அரசும் வீழ்ந்தது!*
*இப்போது நீ-*
*அவமானப் படுவதின்*
*வலியை அறிந்தாயா?*
*சுயமரியாதை இழப்பதை*
*நன்கு உணர்ந்தாயா?*
*தோல்வியின் பாடம் படித்தறிந்தாயா?*
*உன் உயிர் என் கையில்-*
*உன்னைக் கொல்வதும் என்னால் சாத்தியமாகும்!*
*ஆனால், அஞ்சாதே!*
*நீ முன்பொரு நாள் சொன்னது போல*
*நான் ஒரு ஏழை பிராமணன், அல்லவா?*
*அன்பும், கருணையும்*
*எனது பிறவிக் குலமும் கொள்கையும்.*

*எனவே, உன் உயிர் உனதே!*
*குருகுலப் பள்ளி என் தோழா,*
*மறந்து மன்னிப்பதே*
*எனது நோன்பாகும்!*
*நடந்தவை யாவும் மறந்து,*
*பொறுத்து மன்னிக்கிறேன்.*
*ஆணவச் செருக்கில்,*
*குடியின் போதையில்,*
*பழித்து எனைப் பேசிய யாவையும்*
*நம் இளமைக் கால நட்பின் பொருட்டு*
*மறந்தேன், மன்னித்தேன்!*
*போனது போகட்டும்!*

*மீண்டும் இப்போது கேட்கிறேன் நண்பா,*
*நீ எனை அணைப்பது உன்னால் முடியுமா?*
*மறவேல், நான் உனக்குச் சமானன் அல்லன்!*
*கேள், நாம் இனிச் செய்வதை*
*நினைப்போம்;*
*பொங்கும் கங்கை போவதைக் கண்டாயா?*
*அவளே சாட்சியாய்ச்*
*சில முடிவுகள் எடுப்போம்!*
*ஓடும் பாகீரதி தென்கரை*
*கிடந்த நாடுகள் எல்லாம்*
*உன்னது, மகிழ்ந்தரசாள!*
*வடகரை கிடந்த நாடுகள் யாவும்*
*நான் எனதாக வைத்துப் பரிபாலிக்கிறேன்!*
*இப்போது, இக்கணம்—*
*நீயும், நானும் பலத்தில்,*
*பொருளில்,*
*சரிநிகர் சமானம், அறிவாய்!*
*சொல்லுங்கள் அரசே!*

அரசர்கள் நாம் இருவரும்
தோழமை கொள்வது
சரியே அன்றோ?
சம்மதம் என்றால்,
த்ரோணன்,
உன் தோழன், நீ நீடூழி வாழ
வாழ்த்திடுகின்றான்!”

“என் மகனே, அஸ்வத்தாமா,
கண்கள் சிவக்க, என்னை நோக்காதே!
த்ருபதனையும், அவன் படையையும்,
நாம் அழித்தல் கூடாது.
குலத்தால், கற்பதும், கற்பித்தலுமே
நமது ஆசாரம்!
போர்களும், சண்டையும்
தவிர்ப்பதே நம் விரதம்!
நான் நினைத்திருந்தால்,
என்றோ, எப்போதோ,
த்ருபதனைத் தோற்கடித்து
என் கணை ஒன்றால்
அவனைக் கூறிரண்டாகச்
செய்து முடித்திருப்பேன்.
ஆனால்,
அச்செயல் அவனைச்
சிறுமைப் படுத்தாது;
மாறாக, வீரமரணம்
பெற்றுயர்ந்திருப்பான்!
அறிக என் மகனே,
இது என் சூழ்ச்சி!

அரச குலத்தோர்
சுவர்க்கம் விழைபவர்-
காலந்தாழ்த்த விரும்புவதன்றி
விரைந்து, அதனைத் தொடர்ந்து
பின் போவோர்!
பீஷ்மர் தமது பேரர்கள் கூட்டம்
கால விளையாட்டில்
நாளை அழிந்து போவதை
அறிந்தே இருக்கிறார் இன்று!
த்ருதராஷ்டிரன், பாஞ்சால தேசச்
செல்வங்கள் யாவையும் கொள்ளை
கொள்ளக் காத்திருக்கின்றான்!

என் பழி தீர்க்க,
த்ருபதனைப் போரிட்டு வெல்ல,
நான் உன்னைத் தனியே அனுப்பி இருந்தால்,
எள்ளி நகையாடி,
உன்னைத் திருப்பி இருப்பான்!
எனவே, அரசர்குலச் சீடர்களை
அனுப்பினேன் போரிட!
க்ஷத்ரிய ரத்தம் போரிட மறுக்காது,
மறுக்க முடியாது!
விளைவு,
த்ருபதன் தோற்றான்!
நாம் தான் வென்றோம்!
பொன்னையும், புகழையும்
நாமே வென்றோம்.
தெரிந்து கொள், மகனே.
நாம் ஆசிரியர்கள், ஆச்சாரியர்கள்!
நாம் போரிட மாட்டோம்!”

# காட்சி 5

“வணங்குகிறேன் நான்
தங்கள் எல்லோரையும்.
என்னையும், மகனையும்,
என் மனையாளையும்
வாழ்த்திய தங்கள்
அன்புக்கு நன்றி!
குருவம்சப் பெருமையால்
எனது தேசம்
பல்கிப் பெருகி
ஓங்கி நிற்கிறது!
அரசுப் பணிகள் காரணமாக
அஸ்வத்தாமன் வரக் கூடவில்லை.
அவனது சார்பில்
அவன் உமக் காக்கிய
வணக்கமும், பணிவும்
படைத்து அமைகின்றேன்.

வாழ்க நம் கொற்றம்!
வாழ்க சான்றோர், அவையகத்துள்ளோர்.

குருகுலத்தோன்றலே,
த்ருதராஷ்டிரரே,
நான் உமை வேண்டுவேன்—
இக்கணம்,
நான் உம் குறுநில மன்னன்
என்ற நினைவைப்
புறத்தே விடுங்கள்.
அரசே,
நான் உமது மகனின் ஆசான்;
தங்கள் நலமே யாண்டும் நினைபவன்
என்று மனங் கொண்டு
நான் சொல்வன யாவும்
நீங்கள் கேட்டிடல் வேண்டும்!
தாங்கள் திருமுக ஓலை
விடுத்ததன் பொருட்டு
விரைந்தேன் இங்கே,
தங்கள் திருவுளம் போல
அரசே!
எளிது, இனிது—தர்மம் சார்ந்திருத்தல்.
தர்மத்தின் அழைப்பை
ஏற்று மகிழுங்கள்!
குருகுலம் பிறந்தோர்
யாவர்க்கும் தந்தை நீர்!
தர்ம பரிபாலனம்
செய்து இன்புறுக!
பாண்டவர் பிழைத்து
உயிர் வாழ்கின்றனர்,
மற்றும் அவர்கள்
த்ருபதன் மருகர்கள் இந்நாள்!
அவர்களை அழைத்து
அன்புடன் வாழ்த்துக!

*பாண்டவர்க்கு உரியன*
*தருவதற்கு இசைக!*
*உரிமையால் அவர்கள்*
*பாக தேயர்கள்!*
*அறநெறிச் சாரம்*
*உரைப்பது கேட்டு*
*அரசர்கள் அரசாய்,*
*கூட்டுக் குடும்பக் காவலன் என்றே*
*வையகம் புகழ*
*வாழி பல்லாண்டு!*

*எனக்கும் முன்பே*
*பீஷ்ம பிதாமகர் பேசினார்;*
*விதுரன் விரித்துரைத்தான்!*
*இங்கு இவண் நிற்கும்—*
*கர்ணனும் பேசினான்!*

*பெரும் அழிவில் இருந்து*
*உன்னைக் காக்கும்*
*எனது சொற்களைத்*
*தெளிவுடன் கேட்பாய்!*
*கர்ணன் வாக்கை*
*மறந்தும் நீ கேளாதே!*
*கர்ணா,*
*கவசத்தோடு பிறந்தோர்*
*நீ மட்டும் அல்லன்;*
*பிறரும் உண்டு!*
*அறிவாயா?*
*த்ரௌபதியின் உடன்பிறந்தோன், த்ருஷ்டத்யும்னன்*
*பெற்றதோர் கவசம் உடையவன்;*
*அன்றியும்,*
*என்னைக் கொல்ல என்றே*

பிறந்தவன் அவன் என்று
உலகமே அறியும்!

த்ருஷ்டத்யும்னன்-
முனிவர் இருவரின் ஆசியால்
ஸஸ்த்ர வித்தைகள்
பலவும் அறிந்தவன்.
அவனே என் பால்
பயிற்சிகள் பெற்ற
மாணவன் ஆவான்.
சிகண்டி படைகளை
நடத்திடும் போது
போரைப் பற்றி
நினைப்பதும் மடமை!
சிகண்டி,
சபிக்கப்பட்ட பீஷ்மரைத்
தன் இச்சையால் கொல்வாள்.
பாஞ்சால தேசப் பிறப்புக்கள்
நம்மில் பல முதியோரை
எண்ணிப் பார்த்துத்
திண்ணமாய்க் கொல்வர்!
அர்ஜுனன், நம்மில் எவரையும்
வெல்வான்; வீழ்த்துவான்.
கர்ணா, சென்று நீ அமர்க!
நினைத்துப் பார்த்தால்,
நீ ஒரு பொருட்டே இல்லை!

த்ருதராஷ்டிரா,
போரிட வேண்டாம்.
பாண்டவர்களை அழைத்து இங்கு வருவாய்!
அவர்கள் உரிமையை
அவர்க்கே கொடுப்பாய்!

சாந்தமும், அமைதியும்
சார்ந்து நாம் இருந்தால்,
சகல தர்மங்களும்
அதனுள் அடங்கும்!
உன் குறுநில மன்னனாகவும்,
உன் புதல்வனின் குருவாகவும்
என் மனத்தில் பட்டதை
உனக்கு எடுத்து உரைத்தேன்!
தீர ஆலோசித்துச்
செய்வதுன் விருப்பம்!
மனம் மிகத் தெளிந்து
போர்ச் செயல் விடுத்து
சபை கலையட்டும்!
அனைவரும் கூடி இனிதே வாழ
செல்வமும், அமைதியும் செழித்து
உறவுகள் மேம்பட என்றே
நான் பற்பல உரைத்தேன்.
பகைத்தலை விடுத்து,
த்ருபதனையும், பாண்டு மக்களையும்
துணைகொண்டு நாம் சென்றால்
அதுவே இன்பமும், வெற்றியும் ஆகும்!

தீயினில் அழிந்தார்
சோதரர் ஐவரும்
என்று நாம் எண்ணினோம்.
அவரோ,
தீயினில் பிறந்தாள்
த்ருபதன் மகளை
மணமகளாகக் கொண்டு
உயிர் மீண்டார்!

*எனவே,*
*பாடலும், ஆடலும்*
*பரிசுகள் யாவும் பலவும்*
*கொண்டு எதிர் சென்று*
*கொணர்தி உன் நாட்டின்*
*புதிய மருமகளை!*
*விருந்தும் விழவும்*
*நடத்தி இன்புறுக!*
*குருகுல வேந்தனின்*
*அரியணைப் பணியில்,*
*த்ரோணன் ஆகிய நான்*
*தொண்டு பட்டிருந்தேன்.*
*மன்னவனே உனது நல்வாழ்வன்றி*
*வெறொன்றும் நான் அறியேன்!*
*'நான் சொல்லும் வார்த்தைகள்*
*நயவோம்' என்பவர்*
*எடுத்துச் சொல்வீர்*
*எது செய்தால் நன்றென."*

*பெரியவர் வார்த்தைகள்*
*உண்மை நன்கறிந்தோர் வார்த்தைகள்*
*என்று, எந்நாளில்*
*மதித்தனர் மக்கள்?*
*நாய்களுக்கு இடுமோர்*
*சோற்றினைப் போல,*
*காண்டவ பிரஸ்தம்*
*என்றதோர் நாட்டை*
*பாண்டவர்க்கு ஈந்தான்*
*த்ருதராஷ்டிரன்!*
*த்ரௌபதி மணந்த*
*தீர புருஷர்கள்*

புதியதோர் ஸ்வர்க்கம்
போலொரு உலகைப்
படைத்தனர் ஆங்கே.
அதற்கு,
இந்திரப்ரஸ்தம் எனப் பெயரிட்டனர்.
அமராவதியை ஆளும்
இந்திரன் போல
ஆண்டனர் யாவரும் கண்டு
வியந்திடும் வண்ணம்.

காலம் சுழன்றது,
காட்சிகள் மாறின!
தருமன், பூலோக அதிபதி போலப்
பொலிந்து வீற்றிருந்தான்!
சிசுபாலன், ஜராஸந்தன்,
என்று பல்லோர்கள் மாண்டனர்.
தருமன் எதிர்ப்போர் எவரையும்
நசித்து, எதிர்ப்பே இன்றி
ஒரு குடைக் கீழே அரசு வீற்றிருந்தான்

காலத் தேரோ
தன் வழி செல்லும்!
கனவும், கற்பனையும்,
ஆசையும். பாசமும்
கொண்டு புனைந்து
மனிதர்கள் வாழ்வைக்
காலம் வார்த்துப் பார்த்து எடுக்கும்!

த்ருதராஷ்டிரன்-
எதிர்ப்போர் இன்றி
இறுமாந்திருந்தான்!

*மனிதர்கள் வாழ்வில்,*
*காலம்- வெளியே காத்திருக்கிறது.*
*தன்னுள் தானே*
*ஓலம் இடாமல்*
*ஒளிந்து வாழ்கிறது.*
*காலம் மட்டும் கனைத்தால் போதும்.*
*முன்பின் அறியா நிலைமைகள் தோன்றும்!*

*அரசரிடமிருந்து அழைப்பு வந்தது.*
*"கௌரவரோடு,*
*பாண்டவர் கூடி*
*ஆடப் போகும் சதுரங்கம் என்னும்*
*சூது விளையாட்டைக் காண வாருங்கள்."*
*என்று அழைப்பு வந்தது!*
*நடக்கும் இடமோ ஜயந்த நகரம்!*
*காண்போனாக*
*கண்டு ரசிக்கும் விருந்தினனாக மட்டுமே*
*எனக்கு அந்த அழைப்பு வந்தது!*
*அழைப்பினை ஏற்றுச் செல்வது அல்லாமல்*
*வேறு என் செய்வேன்?*
*அதனால் சென்றேன்.*

*நீதியும் நேர்மையும்*
*நினைத்தறியாத*
*ராஜரீகத் திமிர் விளையாட்டு!*
*இன்று, இங்கே*
*அறம் பிழைக்கின்றது*
*இரு திறத்தார்க்கும்.*
*ஆடுவோர்*
*எதிர் எதிர் அமர்ந்தனர்!*
*பகடைகள் தாமே உருண்டன!*
*மதுவின் மயக்கமும்,*

ஆசையின் ஈட்டமும்,
காமக் களிப்பும்,
சூதும் கலந்து
போட்டியாளரைக்
கிறங்கிட வைத்தன!
தன் வசம் இழந்தனர்.
பொன்னும், பொருளும்
தாதி மகளிரும்
பணயமாய் ஆயினர்,
தொலைந்தார்.
ஐயோ, ஈதென்ன?
த்ரௌபதி இங்கே
பணயப் பொருளா?
அந்தக் கணமே
பகடைக் காய்களின்
பசிக்கு இரையானாள்
பாஞ்சால தேசப்
பத்தினிப் பெண்ணாள்!

அரங்கம் அதிர்ந்தது!
துரியோதனக் கும்பல் களித்தது!
எனக்கோ,
நெஞ்சு வலித்தது; என்
இதயம் அழுதது!
சட்டமும் சாத்திர
விதிகளும் காட்டிப்
பெண்ணை வைத்துச்
சூதாடல்
தவறிலை என்றே
குருகுல விதியினை
வலித்துப் புகுத்தினர்

சபையினில் பெரியோர்!
த்ரௌபதி கேட்ட
கேள்விக் கணைகள் யாவும்
கேட்பாரின்றி விழுந்தன வீணாய்.
வீரியம் பேசும்
பெரியோர் வாய்களோ
மூங்கையன் முகம் போல்
கோணிக் கிடந்தன!
த்ரௌபதி கேட்ட நீதியை
நான் எடுத்துக் கூறுதல்
சபயை மீறிய பொய்நிலை ஆகும்!
அதனுக்கு அஞ்சினேன்.
அமைதி நான் காத்தேன்.
தர்மன் ஆங்கே தலை கவிழ்ந்திருந்தான்!

சூதாடுதல் தருமன் பலவீனம்.
அதனால் விளைந்தது, இந்த அவமானம்.
நான் அமைதியாய் இருந்தது
பயத்தால் அன்று;
குருகுலத்தாரின் செயலை
என் மௌன மொழியால்
மறுத்தேன்; புறக்கணித்தேன்.
அரச குடும்பம் ஆடிப்போனது.
அறத்தை நீத்ததால் உள்மனம்
அஞ்சிப் போனது.

கதிரவன் எழுந்தான்,
காலை புலர்ந்தது.
கர்ணன் பின் தொடர,
வந்தான் துரியோதனன்,
என் அடி பணிந்தான்.
அரச பதவியை,

தனது ஆட்சியை,
எனக்குத் தருவதாய்ச் சொன்னான்.
நகரம் எங்கும்
பொங்கி எழுந்தனர் மக்கள்.
அவனைக் கொல்ல
அவன் தம்பியைக் கொல்ல
சபதங்கள் பலவும் எழுந்தன.
யாதவர் குலத்தின்
நாராயணி சேனையும்,
பாஞ்சாலப் படைகளும்
அத்தினாபுரத்தைத்
தாக்குவர் என்று
வதந்திகள் எழுந்தன.
கூடிக் கூடிப்
பேசினர் மக்கள்!
ஹஸ்தினாபுரம் என்பது
எனது கர்ம பூமி.
நான் உயிர்த்து எழுந்ததும்,
ஓங்கி வளர்த்ததும் ஆங்கே!
எவரும் அதனைச் சிதைக்கவோ,
அதன் புனிதத் தன்மையைக் கெடுக்கவோ
நான் அநுமதியேன்!
எப்படியோ,
நடந்த தவற்றைத் தக்க சமயத்தில்
படிப்படியாகத் திட்டங்கள் இட்டுச்
சரி செய்ய முயன்றான் துரியோதனன்.
காலப் போக்கில்
நிலைமையைக் கைக்குள் கொணர்ந்தான்.
ஒரு முறை நான்
அதிக எதிர்பார்ப்பின்றி
துரியோதனனை நெருங்கிச் சொன்னேன்,

“பாண்டவர்கள்,
அதிசயப் பிறப்பினில் தோன்றி
விசித்திரமான சக்திகளைக் கொண்டவர்கள்.
அவர்களை வெல்லுதல் யாருக்கும் அரிதென்று
சான்றோர் பலரும் கருதுகின்றார்கள்.
நான் உன்னையும்,
உன்னைச் சார்ந்தோரையும்,
என்னால் முடிந்த வரையில்,
காக்க முயல்வேன்.
ஆனால்,
விதியோ எவரையும் வெல்லும்,
தான் நினைத்ததை முடிக்கும்.
ஆனாலும் உன்னை நான்
கைவிட மாட்டேன்.
பாண்டவர்கள் திரும்பி வருவார்கள்,
அவரது உரிமையை நாட்டிடுவார்கள்.
பழிக்குப் பழியைத் தீர்க்க முயல்வார்கள்.
பழிதீர் உணர்வு எப்படி என்று
எனக்குத் தெரியும்.
த்ருபதன் அவனைச் சிறுமைப்
படுத்தியவன் நான்.
என்னைக் கொல்லும் ஓர்
மகனை ஈன்றெடுக்க,
அவன் எனை அழிக்க,
மந்திரவாதியை அணுகினான் த்ருபதன்.
அந்த மகனே, த்ருஷ்டத்யும்னன்!
பாண்டவர் மைத்துனன்!
ஒட்டிய கவசமும்,
தெய்வீக ஆயுதங்களும்
உடன் கொண்டு பிறந்தவன்!
என் உடலை நீக்கி

உயிரைப் பிரித்திட என்றே
கறுவி இருக்கிறான்,
காலம் காலமாய்!
இருந்தும்,
நான் என்னை
அச்சமே இல்லா
வீரனாய் மாற்றி
விதியின் வழியினில்
தடைக்கல் இட்டேன்!
நானும் அவனும்
போர் செய மோதினால்
உயிரது நீங்கி
இறந்து விடுவேன்,
மந்திரவாதியின் சூத்திரம் போலே!
என்னை அழிக்கப்
பிறந்தவன் அவன் எனத்
திடமாய் அறிந்து கொள்!
என் உயிர் அவனது
அம்பறாத் தூணியில்
இருப்பதை அறிந்தும்
உன்னை நான் காத்திட
வேண்டி நிற்கின்றாய் நீ.

பாண்டவர்களோ இதுவும் வேண்டுவர்;
இன்னமும் வேண்டுவர்!
அழிவு நின்று நிதானித்து
வந்தே தீரும்.
துரியோதனா,
உனது மகிழ்ச்சியும் இன்பமும்
சிறிது காலம் தான்!
நாட்டை நன்கு ஆண்டு வா;

மக்களின் அன்பையும்
வாழ்த்தையும் பெற்று உயர்க!
பாண்டவர் தம் உரிமையைக் கோரிடும் போது
மக்கள் கூடிச், சூழ்ந்து
உன்னைக் காக்கவும் கூடும்!
இல்லையேல்,
போரது மீண்டால்
அது
சகலமும் அழியும்,
யுத்தமாய் முடியும்.
பாண்டவரோடு இணைந்து
வாழ்ந்து, ஒத்துப் போவதும்
அமைதியைக் கொண்டு
உலகைக் காப்பதும்
உனது கைகளில், நீ விரும்பினால்!
மாறாக,
'வருவது வரட்டும்,
சாகவும் நான் தயார்' என்றால்,
உனக்கு நீயே உறுதி செய்து கொள்."

# காட்சி 6

நான்
விராட நகரின்
விளம்பில் நின்றிருந்தேன்.
பீஷ்மர், க்ருபர்,
அஸ்வத்தாமன், கர்ணன்
எல்லோரும் என்னோடு இருந்தனர்.
பாண்டவர்களை
அஞ்ஞாத வாசத்திலிருந்து
வெளிப்படச் செய்ய நாங்கள்
விரித்த வலை இது!
தடுக்கமுடியாததைத் தள்ளிப்போட,
துரியோதனனின் இறுதி முயற்சி.

விராட ராஜ்யம்
விடுத்த சங்கேதம்
துரியோதனனின் சந்தேகத்தைத்
தூண்டிவிட்டது.

தேவர்களையும்
வெல்ல வல்ல
ஆயுதங்களோடு நாங்கள்
குவிந்திருந்தோம்-
பசுக்களைத் திருடும்
திருட்டுக் கூட்டம் போல்-
சூரியன் சிறிதே
எட்டிப் பார்க்க என்றே
இருட்டில்
பதுங்கி இருந்தோம்.
எனது பத்தாம் பசலி கணிப்பில்
எதிர்பார்த்தது போல்
விராட சேனையின் அணிவகுப்பை
விராட இளவரசன்
நடத்தி வெளிப்பட்டான்.
நான் நினைத்தது போலவே
அஞ்ஞாத வாசம்
முடிந்து பதினைந்து
நாள்கள் கடந்திருந்தன.
எது எப்படியானாலும்
விராட அரசன் மகனையோ
பாண்டவர்களையோ
நாங்கள் எதிரிட்டோம்
பகைக் குலமாக!

ஓ,
அர்ஜுனன் தனியாய்
அங்கு நின்றிருந்தான்.
பெண்ணைப் போல
ஆடை உடுத்தி!
ஆனால், அவனது

வில்லாம் காண்டீபத்தால்
அவனைக் கண்டு கொண்டேன்
அவன் சுய வடிவில்.
கச்சிதமாக!
வில்லில் நாண் பூட்டக்
கற்பித்த எனக்கு
இது கடினம் அல்லவே.
காலம் தனது
கணக்கை விரிப்பதைப் பாரீர்-
அர்ஜுனனின் ஆசான்,
அந்தணப் போராளி ஆகி
அவன் முன் நிற்கிறேன்.
எனது முதன் முதல்
போரில் இப்போது.
விதியின் தேர்வாய்
என்னை எதிர்த்து
என் அருமைச் சீடன்-
என் மகனைவிட-
நான் விரும்பும்
பார்த்தன் நிற்கின்றான்.
விதியை வியப்பதோ,
விளைவைப் பேசுவதோ
தற்போது வேண்டாம்!
பின்னர் ஆராய்வோம்.
போரிட வந்தேன்-
இப்போது, போரிட எழுவேன்!
“நாம் அனைவரும்
ஒன்றாய், ஒரு குழுவாய்,
தாக்கிப் போராடிப்
பசுக்களைத் திரட்டி
ஓட்டிச் செல்வோம்,

நம் நாட்டினை நோக்கி,”
என்று நான் சொன்னேன்.
க்ருபனும் ஆமோதித்தான்;
ஆனால் கர்ணன்,
என்னையும், க்ருபனையும்
ஏளனம் செய்தான்-
“உண்ணவும் உறங்கவும்
மட்டுமே முடியும் இவர்களால்,
மன்னனுக்கு எதிராய்ச்
செயல்படும் கயவர்கள்” என்றான்.
பீஷ்மர் தடுத்திரா விட்டால்
அஸ்வத்தாமன், கர்ணன்
நாவை அறுத்தே இருப்பான்.

எனக்குத் தெரியா விந்தை ஏதோ
அறிவார் பீஷ்மர்.
என் மகனைத் தணித்துப்
பணி கொள்ளக்
கர்ணனைத் தம்
சொற்களால் தளையிட்டார்.

நான் கண் விழித்த போது
எல்லாம் முடிந்து விட்டது.
கர்ணனுக்கு இதுவும் வேண்டும்,
இன்னமும் வேண்டும்.
நொடிப் பொதில்
எங்கள் எல்லோரையும்
சம்மோஹன அஸ்திரம் கொண்டு
உறங்க வைத்துச்
செயலிழக்கச் செய்து
எங்களைத் தோற்கடித்து விட்டான் பார்த்தன்.
வீழ்ந்தோம் தோற்றே!

இப்படியாக
என் முதல் போர்
நடந்து, முடிந்தது.
எங்கள் பகைவர்கள் வென்றனர்.
வெற்றியோடு திரும்பினர்,
பாண்டவர் ஐவரும்.

துரியோதனன்
படைத் தலைவர்களைக் கூட்டிப்
போர் அறிவித்தான்.
பதினொரு போர் அணிகள்
திரண்டு எழுந்தன!
பாண்டவர்கள்
ஏழு அணிகளைத்
திரட்டினார்கள்.
இரு திறத்தாரிலும்
யார் செல்வார்கள் என்று
எவரேனும் பணயம் கட்டிச்
சூதாடியிருந்தால்,
அனைவரும் எல்லாப்
பொருளையும்
இழந்திருப்பார்கள்!

ஜராஸந்தனின் மகன்
தன் தந்தையைக் கொன்ற
பாண்டவர் அணி நின்றான்.
சிசுபாலனின் மகனும்
பாண்டவர் பக்கம்
வந்து சேர்ந்தான்.
துரியோதனன்
காட்டிய அன்பில் மகிழ்ந்த
மாதரியின் சகோதரன்

சல்ய மஹாராஜன்
அவன் பால் சேர்ந்தான்.
இந்திரனின் நெருங்கிய நண்பன்,
பகதத்தன்
துரியோதனனுடன்
சேர்ந்து கொண்டான்.
காரணம், அவனது
தந்தையைக் கொன்ற
க்ருஷ்ணரை எதிர்க்கவே
என்று நான் நினைக்கிறேன்!
பீஷ்மருக்கும், க்ருபனுக்கும், எனக்கும்
கேள்வியும் கிடையாது,
முறையும் கிடையாது.
நாங்கள் துரியோதனன் மெய்க்காப்பாளர்கள்
போன்றவர்கள்;
எந்த அணி
என்று கேள்வியே
கிடையாது!
யுயுத்ஸு,
துரியோதனின்
உடன் பிறவாச் சகோதரன்,
அவனை விட்டு
விலகி விட்டான்!

சகுனி உருட்டிய
பகடைகள் நிற்காமல்-
நிற்க மறுத்து, உருண்டன!
அந்தப் பகடைகளோ
பேர் அழிவை உருவாக்கும்
சக்கரங்களாய்ச்
சுழன்றன!

சுழன்று, சுழன்று
களைத்துப் போய்
நிற்கும் முன்னர்
இறுதிச் சுற்றில்
குருகுலத்தைக்
களத்தில் நிறுத்தின.
அதுவே,
தர்மத்தின் பெரும் களம்-
குருக்ஷேத்ரம் - தர்மக்ஷேத்திரம்!

நான்
ஹஸ்தினாபுரத்துப் போர்க் கூடாரத்தில்
சேர்ந்து கொண்டேன்.
பீஷ்மர் போர்த் தளபதி ஆனார்;
நான் ஆறுதல் அடைந்தேன்,
இது தான் நல்ல தேர்வு என்று!
சோதிடர்கள் கணித்த நாளில்,
நாங்கள் போருக்குப் புறப்படத்
தயாரானோம்!

குந்தியின் சகோதரனின் மகன்,
உக்ரசேனனின் த்வாரகையினைப் பரிபாலிப்பவன்,
எங்களைச் சந்திக்க வந்தான்-
போரை நிறுத்துங்கள்
என்ற கோரிக்கையோடு.
அந்த ஒப்பந்தத்தின்
நிபந்தனைகள் பெருமளவில்
துரியோதனனுக்குச் சாதகமாக
இருந்த போதிலும்,
துரியோதனன் அதன்
தன்மையை நினைத்துப் பார்க்கவில்லை.
போரில் மடிந்தால்

அதுவே பெரும் புகழ் என்று
நினைத்தான் துரியோதனன்.
ஊசிமுனை நிலம் கூடப்
பாண்டவருக்குத் தர மறுத்தான்!
அதனைத் தொடர்ந்தது
பெருஞ் சுழல்போல
ஓர் பேரழிவு.
விளைவு,
விதியின் எதிர்மறை
நிலையில் திடமாய்ப்
போர்க்களத்தில் நாங்கள் இருந்தோம்.

எனது சீடன்,
த்ருஷ்டத்யும்னன்,
எங்கள் பகைவர்-
பாண்டவ சேனையின்
தளபதியானான்.
அன்போடு அவனுக்கு
நான் கற்பித்த
வித்தையை இங்கே
நிகழ்த்தப் போகும்
நிலையை எண்ணி
மகிழ்ச்சியோடு நான் இறுமாந்திருந்தேன்.

பாண்டவர் சேனையின்
நிலையை அறிவிப்பேன் இப்போது-
த்ருஷ்டத்யும்னன்,
சிகண்டி, த்ருபதன்,
விராடன், த்ருஷ்டகேது,
கடோத்கசன், கேகயன்,
யுயுத்ஸு, என்போர்;
சாத்யகி தனது

குருவின் தலைமையில்
போரிடப்போகிறான்!
வியத்தகு வீரர்கள்,
பெருந்திரள் படைத்த
வீரப்புதல்வர்கள்-
த்ரௌபதியின் பிள்ளைகள் ஐவரும்,
அபிமன்யுவும்,
போரிட வந்து
குழுமி நிற்கின்றார்!
எனினும் எங்கள்
படையின் பலத்துக்கு
அவர்கள் இணையே இல்லை!
எங்கள் நலம் நினைந்து
எங்களை வினவ
என்னிடம் வந்தான்
மன்னன் துரியோதனன்!
எண்ணிக் கணித்தான்
படைத் தலைவர்களை!
என்னில் தொடங்கி
என்னை முன் நிறுத்தி
அவன், தொடங்கியபோது
பெருமையடைந்தேன்,
உவகையும் கொண்டேன்!
யாரும் வெல்லரிய பீஷ்மரைக் கூட
எனக்கடுத்தே அவன் நினைத்தான்.
என் மனைவியின் உடன் பிறந்த
க்ருபாசாரியனையும், அஸ்வத்தாமனையும்,
கர்ணனையும் கூட
எனக்குப் பின்னரே அவன் எண்ணினான்!
வடதேசத்தின் சேனைகள் வலிமையும்
க்ரேக்க தேசப் படைகளின் தொகுதியும்,

ஷாகர்கள், த்ரிகர்த்தர்கள்,
அவந்தி சகோதரர்கள்,
த்வாரகை நாட்டின் நாராயணி சேனை
என்ற எல்லா வீரர்களையும் மீறி
என்னைத் துரியோதனன்
மதித்த அந்தக்
குணம் –
என்னை மிகவும் கவர்ந்தது!

யுதிஷ்டிரன் பீஷ்மரை நோக்கி
நடந்து வந்து
அவர் காலில் விழுந்து
வணங்கி எழுந்ததைக் கண்டு
அனைவரும் வியந்தோம்.
அந்தப் பணிவும்,
அந்த வணக்கமும்,
பீஷ்ம பிதாமஹரை
எதிர்க்கத் துணிந்த அவனது
சின்னத் தனத்தை
மறக்கச் செய்து
தருமனை மீட்டு
எடுத்தது பீஷ்மரின் ஆசிகள்.

தருமன் அடுத்து
என்னிடம் வந்தான்.
நான்,
அவனிடம் உரைத்தேன்:
“மகனே!
எனது தொழிலுக்கும்,
தொழில்-தர்மத்திற்கும் போக சுதந்திரத்திற்கும்
கட்டுண்டு நிற்கிறேன்!
உனக்கு நான் எதைத் தருவேன்?

*எனினும்,
நீ என்னுடன் போரிட
அனுமதி தருகிறேன்;
ஆசியும் தந்தேன்
உனது வெற்றிக்காக!" என்றேன்.*

*சங்கங்கள் முழங்கின!
நினைத்துப் பார்க்கவும்
முடியாத பேர் அழிவின்
தொடக்கம் துவங்கியது!*

# காட்சி 7

நாங்கள் முதல் பத்து நாள்கள்
வீராவேசமாகப் போர் செய்தோம்.
படை நாயகர்கள்
பலரும் மாண்டனர்
இரு பக்கமும்.
வெற்றி கோஷங்கள்;
ஒரு புறம் -
மரண ஓலங்கள்
மறு புறம்.
ஒன்றை ஒன்று சமன் படுத்தின.
மத்ஸ்ய அரசனின் மகன்
ஸ்வேதன், பீஷ்மரையே நடுங்க வைத்தான்!
கடோத்கசனும், பீமனும்
இதுவரை கண்டிராத வகையில்
போர் புரிந்தார்கள்.
அவந்தி சகோதரர்கள் எங்களுக்குப்
பெருமை சேர்த்தார்கள்.
தனியொருவனாகவே பகதத்தன்

பாஞ்சாலர்களை
ஓட ஓட விரட்டி யடித்தான்.
ஒவ்வொரு நாளும்
கடந்து போயின -
என்றாலும் இந்த நிலையில்
மாற்றமோ,
ஏற்றமோ,
நிகழவே இல்லை.

இந்த நாள்களில்தான்
பாண்டவர்களின் தாக்குதல்களைத்
தடுக்க முடியாமல் நாங்கள்
திணறினோம்.

இந்த நாள்களில்தான்
நாங்கள்
பிழைப்பா - சாவா
என்பது போல்
ஊசல் ஆடிக்
கிடந்து போரிட்டோம்.

இந்தப் பத்து நாள்கள்
சாவு மணியாய்
ஒலித்துக் கடந்தன.

பத்தாவது நாளில்
பீஷ்ம பிதாமஹர் வீழ்ந்தார்!
அவரோடு -
அது நாள் வரையில்
பூமியில் இருந்த தர்மமும், பொறையும்
வீழ்ந்து மாண்டன.
தர்மதேவதை

என்கிற தெய்வப் பசு
ஒற்றைக் காலில் நின்று
தடுமாறியது;
கலியுகம் மெல்ல மெல்ல
உலகில் நுழைந்தது.

உலவாக் கண்ணீர்
உருண்டு ஓடத்
துரியோதனன் என்னிடம் வந்தான்.
என்னைத் தளபதி
பதவியை ஏற்குமாறு
வேண்டி நின்றான்.
அதனை ஏற்பதா?
உயிர்களைக் குடிக்கும்
செயலாம் போருக்குத்
தலைமை தாங்கவா?
நினைத்துப் பார்த்தால்.
இந்தப் போர்
ஓர் வீர வேள்வி!
பாண்டவர்க்காக
அவிகளைச் சொரியும்
கண்ண பெருமானே
இந்த வேள்வியின்
எஜமானன்.
துரியோதனனுக்கு
அவன் சார்பாய் இந்த
வேள்வியை நடத்த-
நான் வேண்டும்.
இதனை எதிர்நோக்கியா,
விதிவசத்தால்,
பெண்ணின் கருவில் தங்காது,

பரத்வாஜ தேஜஸில்
ஜனித்தேன் நான்?

பீஷ்மரைக் குறித்துக்
கூச்சமே இல்லாது
பலர் பேசிய ஏச்சும்
பேச்சும், நான் கேட்டிருக்கிறேன்:
“பீஷ்மர் பாண்டவர்களைப்
பெரிதும் நேசித்தார்.
அதனால் முழு மனத்தோடு
போரிட வில்லை!” என்பதாக.
“துரோணரோ,
ஆசாரியர், ஓர் அந்தணர்!
போர்க் களத்தில்
அவர் பொய் வேஷம் போட மாட்டார்!
அரசருக்கு வெற்றிக் கனியை
நிச்சயமாக மீட்டுத் தருவார்!”

எனக்குத் தளபதி பட்டாபிஷேகம் நடந்தது!
என்னைப் புனிதப்படுத்த,
எனக்குப் பால் அபிஷேகம் செய்தனர்.
இந்தப் பால் கிடைக்காமல் தானே,
அஸ்வத்தாமன் அழுதான் குழந்தையாய்.

நான்
தளபதி இருக்கையில்
இருந்து எழுந்தேன்!
இப்போது நான்
ஆசாரியராக எழவில்லை!
துரியோதனனுக்குக் கப்பம் கட்டும்
சிற்றரசாக எழவில்லை!
இப்போது நான்

உலகின் பெரும்
போர்ப்படையின் போர்த் தளபதி
துரோணனாக எழுந்து
பெருமையோடு நிற்கிறேன்.

"நான் பாண்டவர்களோடு,
பாஞ்சாலர்களோடு
போரிட்டு,
உனக்கு வெற்றியைத் தருவேன்!
ஆனால்,
நான் அவர்களைக் கொல்ல முயலமாட்டேன்.
என்னால் த்ருபதன் மகனை-
த்ருஷ்டத்யும்னனைக் கொல்ல முடியாது.
ஏன் என்றால்
என்னைக் கொல்ல என்றே
அவன் படைக்கப்பட்டுள்ளான்.
இதுவரை நான் ஆசாரியனாகவும்,
வீரனாகவும் வாழ்ந்து விட்டேன்.
எனவே, இந்த யுத்தத்தைப்
புனித வேள்வியாக எண்ணிப்
போரிடுவேன்.
அதன் நெறிமுறைகளில் பிறழவே மாட்டேன்.
இந்த வேள்வியின் பூர்ணாஹுதி
யுதிஷ்டிரன் தான்!
அந்தப் பூர்ணாஹுதியோடு
போர் முடிவடையும்.
எனது அன்பு துரியோதனா,
உனக்கு ஒரு வரம் தருகிறேன்!
யுதிஷ்டிரனைப் பிடித்து
உன்னிடம் ஒப்படைப்பேன்.
அவனைப் பிணமாக அல்ல;

உயிரோடு சிறை பிடித்து,
உன்னிடம் தந்து,
நமது வெற்றியை உறுதியாக்குவேன்!

அப்படி அதனை நான் செய்தால்,
துரியோதனா, பாண்டவர்களை நீ
மன்னித்து விடுவாய் என்று
எனக்கு வாக்குறுதி கொடு.
உனது பெரும் வெற்றியின் அடையாளமாக
பாண்டவர்களது பங்கான
அவர்களது ராஜ்ஜியத்தைக்
கொடுத்து விடு.
அதனால் பீஷ்மபிதாமஹரின் தியாகம்
பூரணம் அடையும்.
ஆனால், நான் சொல்வதை
நினைவில் வை-
என் சொற்களும், வாக்குறுதியும்
நிறைவேற வேண்டும் என்றால்
அர்ஜுனனைப் போர்க்களத்தில்
தனிமைப் படுத்திவை.
அவன் என்னோடு
போரிட்டுக் கொண்டே இருந்தால்,
நான் அவனுக்கு ஈடுகொடுத்துப்
போரிட முடியுமே தவிர
வேறு ஒன்றும் செய்ய முடியாது.
நான் அவனைத்
தடுத்து நிறுத்த முடியுமே தவிர,
அவனை ஒருபோதும் என்னால்
வெல்ல முடியாது."

# காட்சி 8

‘சகட வியூகம்’ முன்னேறிப் போய்க் கொண்டிருந்தது.
சிங்கத்தைக் கண்டதும்
சிறுநீர் கழிக்கும் மிருகக் கூட்டம்
நடுங்குதல் போலப்
பாண்டவர் அஞ்சி நடுங்கினர்.
சுற்றிச் சுழலும்
நெருப்புக் கோளமாய்ப்
படைகளின் ஊடே
புகுந்து புறப்பட்டேன் நான்!
பயத்தையும் திகிலையும்
விளைத்துச் சென்று,
அவர்களைச் சின்னாபின்னமாக்கிச்
சீறிப் பாய்ந்தேன்!

என்னை எதிர்த்த-
த்ருஷ்டத்யும்னன், தனஞ்ஜயன், கேகயன்,
பீமசேனன், அபிமன்யு, கடோத்கசன்,
த்ருஷ்டகேது, ஸாத்யகி, யுயுத்ஸு
என்ற எல்லோரும்

என்னால் துரத்தி
அடிக்கப் பட்டனர்;
பெரிய உயிர்ச் சேதமும்,
இழப்பும் அடைந்தனர்.

ஹே, பாண்டவர்களே,
தெரிந்து கொள்ளுங்கள்,
நான் 'த்விஜோத்தமன்' என்று!
பாண்டவ சேனையை நாசமாக்கச்
சினத்தால் சிவந்திருக்கும்
என் கண்களைப் பாருங்கள்!
இங்கே தெறித்துச் சிதறும்
என் அம்புகள் தாம் இவை எல்லாம்.
பாண்டவர்களே,
என் தேரைப் பார்த்து
உங்கள் அழிவு தொடங்கிவிட்டது
என்று தெரிந்து கொள்ளுங்கள்.

கேகயர்களையும்,
பாஞ்சாலர்களையும்
சிதறடித்த வாறே
பாண்டவப் படையினுள் நுழைந்தேன்.
பீமனையும், சாத்யகியையும்
இன்னும் பிறரையும் தோற்கச் செய்தேன்.
என்னைக் கண்டாலே
எதிரிகளுக்கெல்லாம் குலை நடுங்கியது.
நான் யுதிஷ்டிரனை உயிரோடு பிடிக்க
ஓட்டமாய் ஓடினேன்
அவனை நோக்கி.
யுதிஷ்டிரனை நான் நெருங்கும் முன்பே-
கிருஷ்ணனின் தூண்டுதல் கேட்டுத்
தனஞ்ஜெயன் தனது குதிரையோடு

குறுக்கே பாய்ந்து மறித்தான்;
யுதிஷ்டிரனைக் குறி வைத்த
எனது கொலை வெறிப் பிடியைத்
தட்டி விட்டான் தனஞ்ஜெயன்!
காண்டீபத்தின் அம்புகளால்
வானை மறைத்துத் திரையிட்டான்.
துரோணனாகிய நான்,
வெட்கப் படும்படி
பின்வாங்கினேன்.

"தருமனுக்குப் பாதுகாப்பாய்
அர்ஜுனன் இருந்தால்
என்னால் தருமனைச் சிறைசெய இயலாது
என்று உனக்குச் சொன்னேன்
அல்லவா, துரியோதனா?
அர்ஜுனன் எனது முயற்சிகளைத்
தன் வல்லமையால் முறியடித்தான்;
இனியும் அவ்வாறே செய்வான்!
நாளை அர்ஜுனனை
எவ்வாறேனும் ஏமாற்றி,
நான் தருமனோடு
போரிடும் இடத்திலிருந்து
அகற்றி விடு.
அப்படிச் செய்தால் மட்டுமே,
என்னால் தருமனைச்
சிறை படுத்த முடியும்."

மழைக் காலத்தில்
பொங்கிப் பாயும்
கங்கை நதியும் சரயுவும் போல,
படைகள் மீண்டும்
போர் புரிந்தன!

கருட வ்யூகத்தின்
அலகுப் பகுதியில்
நான் படை நடத்தி நிற்க,
வ்யூகம் குந்தியின் மகனை
நோக்கிச் சென்றது!
தயா தாட்சண்யம் இல்லாமல்
பலரையும் நான் கொன்று குவித்தேன்;
எதிரிகளை எல்லாம் சிதறடித்தேன்.

தந்தை, மகனையும்;
மகனைத் தந்தையும்
கொன்றனர்.
பாஞ்சாலர்கள் வீழ்ந்தனர்;
மத்ஸ்யர்கள் அனாதைகள் ஆனார்கள்.
நான் ஒருவனாகவே
தந்தைகளையும், பாட்டன்களையும்,
உடன் பிறந்தோரையும்,
மகன்களையும்,
ஒரு சேரக்
கொன்று குவித்தேன்.
என்னால், அங்கே ஓர்
இரத்த ஆறு ஓடியது!

கவசக் குவியலே அலைகள்;
கொடிகளும், போர்ச்சின்னங்களுமே நீர்ச்சுழல்கள்;
கேடயங்களும், ஆயுதங்களுமே
அதில் செல்லும் படகுகள்
என்பது போல் எங்கும் இருந்தன.
அந்த இரத்த வெள்ளத்தில்
இறந்த வீரர்களின் தலை முடிக் கொத்துக்கள்
பாசியும், பூஞ்சையுமாய்
மண்டிப் பாய்ந்தன.

என்னைத் தாக்கிடப்
பாய்ந்து வந்த எல்லோரையும்
கொன்றவாறே
யுதிஷ்டிரனை நோக்கி நகர்ந்தேன்!
தர்மனை,
அவனது பகைவர்களும் விரும்புவதால்,
அவன் எதிரிகளே இல்லாதவன்-
அஜாதஷத்ரு
என்பார்கள்!
'யுதிஷ்டிரா! நீ
சாது ஜனங்களின் குடும்பத்தில்
பிறந்து, ஆசிரியனாக
இருக்க வேண்டியவன்.
பாழாய்ப் போக இந்த யுத்தம்!
உன்னை வளர்த்து உருவாக்கிய நானே,
உன்னைக் கடத்திச் செல்லக்
கொள்ளையன் போல உன்னைச்
சூழ்கிறேன்,
இந்தப் போரினை முடித்து வைக்க!"
எதிர்ப்பில்லாத இடப் பக்கமாகப்
படைகளில் ஊடுருவி
தர்மபுத்திரனின் தேரினை அடைந்தேன்.
முன்னறிவிப் பில்லாத
இடிமுழக்கம் போல,
அர்ஜுனன் மீண்டும்
இடையில் வந்து புகுந்தான்!
தர்மன் இது தான் சமயம்
என்று, தந்திரமாகத்
தேரைத் திருப்பித்
தப்பியோடினான்!
இறுதியில்,

தர்மனுக்குப் பதிலாக,
நான்
அர்ஜுனனோடு
எதிர் எதிராக
மோத வேண்டிய தாயிற்று.
தும்பும், தூசும்,
ரத்தமும் கலந்தது!
இரத்தக் களறி ஆறாகப்
பெருகிப்பீச்சி அடித்தன.
யுதிஷ்டிரனைப் பிடிக்க
நான் விரித்த வலை
பயனிலாது போனது.
நான் தோற்றுப் போனேன்!

“அரசே! நான் வெட்கத்தால் தலை குனிகிறேன்.
நீ விரும்புவதைச் செய்யவே
நான் முயன்று பார்த்தேன்.
ஆனால்,
அர்ஜுனனும், கோவிந்தனும்
என்னிலும் வலியவர்கள்.
புதியதோர் யுக்தி செய்.
ஸம்ஸப்தகர்களை,
த்ரிகர்த்தர்களை
அழைத்துப்
போரிடச் செய்!
நான் ஒருவனை–
முக்கியமான தலை மகனை–
என் வியூகத்திலே சிக்க வைத்துச்
சிறை பிடிப்பேன்.
நீ அர்ஜுனனை
அகற்றித் தொலைவில் வை.

*அப்படி நீ செய்தால்,*
*உனக்கு, இந்நாள்*
*மாபெரும் வெற்றி நாள் ஆகும்!"*

*பகைவர் புகமுடியாத*
*சக்கரவ்யூகம்*
*எதிர்ப்பட்ட அனைத்தையும்*
*அடித்து நொறுக்கி*
*முன்னேறிக் கொண்டிருந்தது.*
*சுபத்திரையின் மகன்,*
*அபிமன்யு,*
*சக்கரவ்யூக அமைப்பு தெரிந்தவன்.*
*அபிமன்யு அந்த வ்யூகத்தைப்*
*பிளந்து உள்ளே நுழைந்தான்.*
*வ்யூக நடுவில் சென்று அடைந்தான்.*

*"அரசனை மீட்டு*
*அவனைக் காப்பாற்றுங்கள்.*
*துரியோதனா! வ்யூகத்தை விட்டு விலகாதே!*
*நன்றாய் நெருங்கி,*
*நடுவில் இருப்பாய்!*
*கர்ணா, அபிமன்யுவைத் தொடர்ந்து போய்*
*அவன் வந்த வழியை அடைத்து மூடித்*
*தப்பமுடியாமல் செய்து விடு!*
*க்ருபா, நீ என் அருகிலேயே இரு.*
*அஸ்வத்தாமா, ப்ருஹத்பாலா,*
*க்ருதவர்மா, நீங்கள் சூழந்து கொண்டு*
*அபிமன்யுவின் வில்லின் நாணை அறுத்தெறியுங்கள்!*
*அவனது தேரோட்டியைக் கொன்று,*
*குதிரைகளையும் கொன்று விடுங்கள்!"*

*திடகாத்திரமான சரீரத்தோடு,*
*சொர்க்கத்திலிருந்து*
*விழுபவன் போல்*
*தரையில் விழுந்தான் அபிமன்யு.*
*உடைந்த தேரின்*
*சக்கரத்தை ஒரு நொடியில் எடுத்து,*
*எழுந்து நின்றான்.*
*பொங்கும் கோப*
*வெறியோடு என்பால்*
*ஓடி வருகின்றான்!*
*மேனியெங்கும் போர்ப் புழுதி*
*கையில் எடுத்த தேர்ப் பரிதி!*
*காணக் கிடைக்கா அழகோடு*
*சக்கரம் ஏந்திய திருமாலாய்*
*கொதித்து நின்று போர் செய்தான்!*
*உடலில் பொங்கிய ரத்தத்தால்*
*நனைந்து சிவந்த உடையோடு,*
*நெற்றிப் புருவம் நெருங்கி எழ*
*உதடுகள் ஓங்கி கர்ஜிக்கச் சற்றே நின்றான்;*
*அருகில் கிடந்த கதையைப் பற்றி*
*துச்சாதனனின் மகனை நோக்கிப் பாய்ந்திட்டான்.*
*அந்தோ,*
*மயங்கி விழுந்தான் பூமியிலே!*

*விழுந்த அபிமன்யுவின்*
*தலை மீது கதாயுதத்தால்*
*அவன் அடிக்க முயல-*
*"நிறுத்து,*
*விழுந்த வீரனைக் கொல்லாதே!*
*துச்சாதனா, தடுத்து நிறுத்து*
*உன் மகனை!"*

“இறந்து விட்டானா?”

“ஆம், இறந்து போய் விட்டான்.”

கிரகணம் பீடித்த நிலவைப் போல்,
இறந்து கிடந்தான் அபிமன்யு.
வீராதி வீரனான அபிமன்யு,
வேட்டையாடப் பட்ட காட்டு
யானை போல் தோன்றினான்.
நமது படையினரோ
அவனைச் சுற்றி மொய்த்தனர்.
கடுங்கோடைக் காலத்தில்
காட்டை எரித்து
ஓய்ந்து போய்
அணைந்த நெருப்பு ஜ்வாலை போல்
கிடந்தான் வீர அபிமன்யு!
சிகரம் அளாவிச் சீறிப் பின் மெலிந்து சிலிர்த்த
புயல் போலக் கிடந்தான்
வீர அபிமன்யு!
பாரத யுத்தத்தில்,
அபிமன்யு,
பலபேர் சூழ்ந்து
வீழ்த்திய முதல் வீரன் அல்லன்.
ஆனால்,
கீழே விழுந்த தருணத்தில்
கொல்லப் பட்ட
முதல் வீரன்.
இந்த வீரனின் மரணம் பற்பல
விளைவுகளை உண்டாக்கியது.

ஜயத்திரதன்-
பாண்டவ வீரர்களை

அடக்கி, ஒதுக்கி
பாலகன் ஆகிய
அபிமன்யுவை வளைத்துக் கட்டிச்
சூழந்து நின்றான்.
ஆகையினால், ஜயத்திரதன்–
மகனை இழந்த அர்ஜுனனின்
பொங்கும் சினத்திற்கு ஆளானான்!

உயிர்க்குயிராக என் மகனை நேசிக்கும் நான்,
மகனை இழந்த அர்ஜுனனின் மனத்துயரின்
அளவை நினைத்துக் கூடப் பார்க்க முடியாது.
நாளை–
எங்களையெல்லாம் எப்படிப் பழிக்குப்பழி
வாங்குவான் அர்ஜுனன்,
என்று நான் அறிவேன்.

எனது முதல் கடமை,
என் அரசனுக்குப் பணிபுரிதல்.
அவனது மருமகனை,
தங்கையின் கணவன்
ஜயத்திரதனை,
உயிரோடுக் காப்பாற்றுதல்.

“அர்ஜுனன் தனது சபதத்தை
நாளை பொழுது சாய்வதன் முன்
நிறைவேற்ற முடியாமல்
அவனைப் போக்குக் காட்டி
அலைக்கழிப்பாய்.
அவ்வாறு அர்ஜுனன் தனது சபதத்தை
முடிக்காது போனால்,
வாழ்நாள் முழுவதும் நொந்து நூலாய்,
வாழ்ந்திடுவான்.”

எனது போர்த் தலைமையின்
நாலாம் நாள்,
என் வாழ்நாளிலேயே
மிக மோசமான
கரி நாள் ஆகும்.
ஒன்று அல்ல,
மூன்று வ்யூகங்களை எழுப்பித்தேன்;
ஸூசிமுகவ்யூகம், சக்கரவ்யூகம், ஷகடவ்யூகம்
என்பன அவை.
அர்ஜுனனும், சாத்யகியும், பீமனும்
ஏழு படைக் குழுக்களை அழித்தனர்.
ஜயத்திரதனைக் கொன்றனர்.
இதற்கு நானே காரணம்.
ஏனென்றால், அர்ஜுனனோடும்,
சாத்யகியோடும்,
நான் போரிட வில்லை.
அவ்விருவரும் எனக்கு
வணக்கம் செலுத்தி விட்டு,
என்னிடம் நின்று ஓடி மறைந்தனர்.
ஓடியவரின் புறமுதுகில் அடுத்தடுத்து
இருவரையும் அம்புகளால் அடிக்க
என்னால் முடியாது.
நொடியில் என்னைத் தாண்டி ஓடி,
வ்யூகத்தின் நடுவில் சென்று மறைந்தார்கள்.

தானே சூரிய கிரகணம் நிகழாது!
நான் குரலை எழுப்பி அலறும் முன்
"ஏதோ சூது நடக்கிறது,
கவனம், கவனம்"
என்றது உட்குரல் என்னுள்ளே!
ஜயத்திரதன் தலையறுந்த

வெறும் முண்டமாய் நின்றான்-
ரத்த நாளங்கள் அறுந்து வீழ!

“நீ சுடு சொல் தோய்ந்த வார்த்தைகளால்
என்னைத் திட்டினால் மட்டும்,
நான் அர்ஜுனனை வெல்லும்
வல்லமை பெறுவேனா?
பீஷ்மன் தோற்று வீழ்ந்து விட்டான்;
பரதனும் மாண்டான் என் செய்ய?
மரணம் தீண்ட முடியாத ஒருவனும்
உடலால் முடங்கிச் செயலற்றால்
யாரை நம்பி நாம் இருப்போம்?
விதுரன் நம்மை
எச்சரித்த நாசகாலம் விபரீதம்
நம்மைச் சூழ்ந்து கவிழ்ந்ததுவோ?

காந்தாரியின் மகனே!
நாம் எல்லாம் முற்பகல்
செய்த வினைகள் யாவும்
பிற்பகல் வந்து விளைவதை
எப்படித் தப்பி விடலாகும்?
தற்கொலை செய்து கொள்வேன் என்று
மீண்டும் மீண்டும் சொல்கின்றாய்;
நீயே உன்னுயிர்மாய்த்திட,
என்னிடம் சம்மதம் வேண்டி நிற்கின்றாய்!
எனது குலத்து மக்கள் எலாம்
என்னை எள்ளி நகையாட-
அறம் செய்யும் அந்தணன்,
என்பது போய்
காக்க வேண்டிய மனிதர்களை
நானே கொன்று குவிக்கின்றேன்!
நான், தீர்ந்த முடிபோடு இருக்கின்றேன்;

நாங்கள் எல்லோரும் கூட-
திடமாய் உன்னோடு
சேர்ந்தே நிற்க
மனம் கொண்டோம்.
உனக்குத் தீமை நேராமல்
உன்னைக் காப்போம் எப்போதும்!
துரியோதனா,
ஏன் இந்தத் தடுமாற்றம்?
ஏனிந்தத் தளர்ச்சியும், சோர்வும்?
நான் உனக்குச்
சொற்களால் ஆறுதல் சொல்ல
கிருஷ்ணன் போல
வல்லவன் அல்லேன்!
நான் நிதரிசனமான
நிலையைச் சொல்கிறேன்!
நாம் எதிர்த்து நின்றோம்,
அர்ஜுனனால் தோற்கடிக்கப் பட்டோம்.
ஜயத்திரதன் கொல்லப் பட்டான்.

நானும் கூட அஞ்சுகிறேன்.
த்ருஷ்டத்யும்னனை
அவன் பிறந்து இவ்வுலகில்
வருவதற்கு முன்பிருந்தே,
நான் கண்காணித்து வருகிறேன்.
எனது ஒவ்வொரு அடியையும்
நிழல் போல் ஏதோ ஒன்று
தொடர்ந்து வருகிறது.
காற்றைக் கிழிக்கும்
ஓசை போல் என்னைச்
சுற்றி ஏதோ ஒன்று இயங்கிக் கொண்டிருக்கிறது.
அவன் என் அடியொற்றிக்

கணந்தோறும் சூழ்ந்து படர்கின்றான்
என்னைக் கொல்லாமல்
அவன் விடமாட்டான்!
இதை நான் நன்கு அறிவேன்.

எது எப்படியானாலும்,
உனக்காக நான் தொடர்ந்து
போர் புரிவேன், துரியோதனா!
என்னால் முடிந்த வரையில் எதிரிகள்
எல்லாரையும் அழிப்பேன்.
நான் போரில் ஒரு போதும்
களைத்துப் போகாத
பீஷ்மர் அல்லேன்.
எனது த்வஜம்,
நாம் இப்போது காண முடியாத
ஓங்கிப் பரந்த
பீஷ்மரின் த்வஜம் அன்று!
மிகச் சிறந்த
வீரர்கள் எல்லாம்
மறைந்து போய் விட்டார்கள்.
வைரம் பாய்ந்த
தேக்கு மரங்களை ஒத்த
பூரிஸ்ரவஸ், பகதத்தன்
போன்றோரை இனி
யுக யுகாந்திரத்திலும் நாம் காண முடியாது!
இந்த மாவீரர்கள்
எல்லாம் தீயில் பஞ்சுபோல்
சாம்பலானதை
நீ அறிவாய்!

கிருபனோ, அஸ்வத்தாமனோ, நானோ
எங்களது வீரபராக்கிரமத்தினால்

உயிருடன் இல்லை;
விதி எங்களை ஏதோ ஒரு
காரணத்திற்காக விட்டு வைத்திருக்கிறது!
நான் இதுவரை
எத்தனை எத்தனையோ
அவமானங்களையும்,
சந்தேகக் கண்ணோட்டத்தையும்,
விசுவாசம் இல்லாதவன்
என்ற பழிச் சொல்லையும் கேட்டு
அனுபவித்து விட்டேன் அப்பா!

என்னால் செய்ய முடிந்ததை
ஏன் வேண்டுமென்றே செய்யாமல்
தவிர்க்கப் போகிறேன்?
நான் ஏன் அர்ஜுனனுக்கு
பாரபட்சம் காட்டப் போகிறேன்?
பேரழிவைத் தரும்
பயங்கரமான ஆயுதங்களை
நான் பிரயோகிக்காமல்
விலக்கி இருக்கிறேன்.
ஏனென்றால்,
அவை தரும்
தீய விளைவுகளை நீக்கி,
அந்த ஆயுதங்களை அப்பாவி
வீரர்களை நோக்கிப்
பிரயோகிக்க என்னால் முடியாது.
இதனையும் மீறி
அதைச் செய் என்று
நீ ஆணையிட்டால்
அந்தப் பேரழிவுகளைக் கொடுக்கும் ஆயுதங்களைப்
போர் புரியும் வீரர்களைக்

குறி வைத்து அனுப்புவேன்-
அவர்கள் எல்லாம்
நெருப்பில் விழுந்த
பூச்சிகள் போல் கொத்துக் கொத்தாய்
மாய்ந்து போவார்கள்!

அரசே!
நான் சொல்வதைக்
கவனித்துக் கேளுங்கள்:-
பாஞ்சாலர்களையும், பாண்டவர்களையும்,
தோற்கச் செய்யாமல்
எனது கவசம்
என் உடலிலிருந்து கழன்று விடாது!
நேர்மையான நல்ல மனிதர்களைச்
சூழ்நிலைகளும் சந்தர்ப்பங்களும்
மிக மோசமாக நடத்துகின்றன.
என் மனம் கனத்து
ஓய்ந்து விட்டது.
ஆனால் என்ன செய்ய,
நடப்பது பெரும் போர்;
அதில் எனது கடமையும்,
சேவையும் என்ன என்று
நான் அறிவேன்.
அரசே, நீங்களும்
சென்று வாருங்கள்;
நல்ல, தகுதியான அரசராக இருங்கள்.
ஷாந்தனு மகாராஜாவின்
ரத்தம் உங்கள் உடலில் இன்னும் ஊறிப்
பாய்கிறது என்று உலகுக்குக் காட்டுங்கள்.
உங்களது எதிரிகளுக்குப்
புறமுதுகு காட்டாது,

நின்று போரிடுங்கள்.
அஸ்வத்தாமா,
சோமகர்களுடன் போரில்
திறன்படப் போரிடு.
நான் பாஞ்சாலர்களையும்,
ஸ்ரீஞ்ஜயர்களையும்,
நோக்கி அணிவகுத்துப் போகிறேன்.
போர் நியதிகளையும்,
நெறி முறைகளையும்,
அடியோடு மறந்து விடுங்கள்.
அந்தகாரமான இருளில்
நாம் போரிடுவோம்.
இரவு முழுவதும் நாம்
யுத்தம் செய்வோம்!”

# காட்சி 9

சத்தியம், மாண்பு,
செல்வச் செழிப்பு, புகழ்,
இவற்றிற்கு எல்லாம்
இன்று நாம்
நன்றிக் கடன்
செலுத்த வேண்டும்!
த்ருபதனையும், விராடனையும்
நான் அழித்தேன்!
அவர்கள்-
எரி கக்கும் என்
கணைகளால் கருகி
மாண்டார்கள்!
பயந்தாங்கொள்ளிகள்,
அச்சம் பெருகி
ஓடி ஒளிந்தனர்.
நெருப்பும், புகையும் சூழ
குருக்ஷேத்திரம் ஓர்
மயான பூமி ஆனது!

பார்த்தன்,
என் கணைகள் யாவையும்
வழி மறித்துத் தடுக்கின்றான்.
அவனது கணைகளை,
நான் தடுக்கும் போது,
என் மனத்துக்குள்
நான் அவனைப் புகழ்கிறேன்.
எங்கோ கண்ணுக்குப் புலனாகாதவர்களின் குரல்கள்,
வாழ்த்தொலி எழுப்புகின்றன!
தேவதைகள் எங்களைப் பற்றிப் பேசி மகிழ்கிறார்கள்.
அவன் என்னை மிஞ்சினால்,
நான் அவனை மிஞ்சினேன்!
நான் ஞானம் என்றால்,
அவன் ஞானமும்,
ஞானத்தின் பயனுமாய் இருக்கிறான்;
நான் வலிமை என்றால்,
அவன் வலிமையும்,
அதன் வழித் தடமுமாய் இருக்கிறான்.
எங்கும் கோரமான, காதைப் பிளக்கும் ஓலங்களோடு,
என்னை நோக்கிப் பாயும்
படை வீரர்களை,
அவர்கள் நெருங்கும் முன்பே,
கணைகளால் எரிக்கிறேன்!
நான் பாஞ்சாலர்களைப்
பலிகொண்டு,
இடைவிடாத அஸ்திரங்களால்,
ஊழித்தீ போல்,
அவர்களைக் கபளீகரம் செய்வேன்!
ஆனை ஒன்று
பிளிறிக் கொண்டே
இறந்து விழுவது

என் காதுகளில் கேட்கிறது.
அது நாம் எப்போதும்
கேட்கும் ஒலிபோல் இல்லை;
அச்சமூட்டும், எங்கும் எதிரொலிக்கும்
சப்தமாய் எழுந்தது.
இருபதாயிரம் பாஞ்சால வீரர்கள்
என்னைச் சுற்றி வளைக்கிறார்கள்.
சோதிப் பிழம்பாய்
நான் ஒளிர்ந்து
அவர்களை எல்லாம்
அழித்து ஒழித்தேன்!

சொல்லிச்சொல்லி-
ஐந்நூறு மத்ஸ்யர்களை
நான் கொன்று குவித்தேன்.
அதனைத் தொடர்ந்து
ஆறாயிரம் காலாள் படை வீரர்களையும்,
பத்தாயிரம் பாயும் புரவிக் கூட்டங்களையும்
கொன்றேன் நான்.

குழம்பிப் போய் விட்டேனா?
சித்த ஸ்வாதீனம்
இழந்து விட்டேனா?
பரத்வாஜரும், விஸ்வாமித்ரரும்,
ஜமதக்னியும், ப்ருகுவும், ஆங்கிரஸரும்
ஏன் கை அசைத்து
என்னை பிரம்ம பதத்திற்கு அழைக்கிறார்கள்?
நான் அப்படி ஒன்றும்
தூய தர்மவான் அல்லனே!
எனது இறுதிக் காலமும்
இன்னும் நெருங்கவில்லையே!
துரியோதனன்

என்னையே நம்பி
இருக்கும் போது எப்படி
எனது ஆயுதங்களை
உதறி எறிய முடியும்?
போரிடாது,
ஒதுங்கி நிற்க முடியும்?

நான் வேதங்களை நன்கு கற்றவன்.
உண்மைக்குக் கட்டுண்டவன்.
என்னால் என் வில்லைத்
துறந்து விட முடியாது!
ஒருவேளை என் ஆயுள்
இப்போது முடியப் போகிறது என்றால்,
நான் என் இறுதி மூச்சு ஓயும் முன்,
இப்போதே பிரம்மாஸ்திரத்தை ஏவி—
என் எதிரே போரிட நிற்கும்
இவர்களை எல்லாம்
தீக்கிரை ஆக்குவேன்!
போர் புரியும் போது
எதிரிகளைக் கொல்லுதல்
பாவமே இல்லை!
பீமன் ஏதோ என்னிடம் சொல்ல வருகிறான்;
என்ன சொல்லப் போகிறான்?
போர். போர். போர்.
என்னோடு போர் செய் பீமா!
அதைவிடுத்து, இப்போது
என்ன பேச்சு வேண்டிக் கிடக்கிறது?
அவன் ஏன் சோகமாயும்
சிடுசிடுப் பாகவும் இருக்கிறான்?
ஒருவேளை பொய் வேஷம் போடுகிறானோ?

இல்லை. இல்லை.
என் மகன் கொல்லப்பட முடியாது!
பொய்யனே,
அஸ்வத்தாமன், கொல்லப்
படவே முடியாது!
யுதிஷ்டிரா,
மூவுலகையே அரசாளப் பெறினும்
நீ பொய் சொல்ல மாட்டாய்,
அல்லவா?
என்னிடம் உண்மையைச் சொல்.
என் மகன்,
அஸ்வத்தாமன்,
இறந்து விட்டானா?
அவன் கொல்லப்பட முடியாதவன்.
அஸ்வத்தாமன்
அழிவே இல்லாத,
இரத்தின மணியைச்
சிரத்திலே தரித்தவன்.
சொல் தர்மா,
உண்மையைச் சொல்!
அஸ்வத்தாமன் இறந்து விட்டானா?
முணுமுணுக்காதே!
உரக்கச் சொல்!

என் மகன் இறந்து விட்டான்
என்று தருமன் சொன்னால்,
அது உண்மையாகத்தான் இருக்கும்.
அமரத்துவமே உயிர் அற்றது என்றால்,
துரோணனும் தன்னை
முடித்துக் கொள்ள
வேண்டியது தான்!

என் உடலை விடும்
இறுதி நேரம்
வந்து விட்டது!
நான் ஓய்ந்து போய் விட்டேன்.
எனது அம்பறாத்தூணி
வற்றிப் போய் விட்டது.
பிரம தேவனின் மந்திரங்களை
என் நினைவுக்குக் கொணர முடியவில்லை.
என் தந்தையே,
கை கொடுங்கள்!
துரோணனுக்குத் தெய்விக அஸ்திரங்களும்,
ஆயுதங்களும் தேவையில்லை!
எனது மூங்கிற் கணைகளால்
இந்த உலகையே
நான் அழிப்பேன்.

ஓநாய்க் கூட்டங்கள்
போல் சுற்றி நின்ற வீரர்கள்
என் மேல் பாய்ந்து தாக்குகிறார்கள்.
சாத்யகி எனது கணைகளை
எதிரிகளைச் சென்று தாக்கும் முன்பே,
இடைமறித்து வீழ்த்துகிறான்.

தனஞ்செயனைத் தேரில்
ஏற்றிக் கொண்டு
கேசவன் என்னை நோக்கி வருகிறான்-
வா, அர்ஜுனா, வா.
நீ பணிவுள்ளவன்.
ஒற்றுமையாய்ப் போரிடு!
எனது குழந்தைகளாகிய
தர்மனே, பீமனே
அருகே வாருங்கள்.

நான் உங்கள் எல்லோருக்கும்
நன்கு கற்பித்தேன்.
பூமி அதிர்ந்து நடுங்குகிறது!
நான் என் சக்தியை
இழந்து கொண்டிருக்கிறேன்.
எனது இடப் புஜமும்,
இடக் கண்ணும் துடிக்கின்றன.
என்றாலும்,
நேர்மையாகப் போர் செய்து
கொண்டே இறப்பேன்!
பீமன் என்ன கீசுகிறான்?
“துரோணா, பிராமணப் பதரே!
உன் குலத்தால் குடியால்
பெற முடியாத எதனால்,
க்ஷத்திரியர்களைக் கொன்று முடித்தாய்?
எந்த உயிர்க்கும் தீங்கு புரிவதிலிருந்து
விலகி இருக்க வேண்டியது
உனது பிறப்பு!
அதுவே உனது உயர்குணம்.
வெட்கமாய் இல்லை?
பெருமையோடு நான் பிராமணன்
என்று நீ சொல்ல முடியுமா?
வீரர்களையும், உன் மாணவர்களையும்
கொன்ற உனது
பிராமணத்வம் எங்கு போனது?
பிறப்பால் தாதி மகன்,
விதுரன்,
தனது நடத்தையால்
உன்னைக் காட்டிலும் உயர்ந்த
பிராமணன் ஆகிவிட்டான்.
நீ பொருளுக்காக -

உன் மனைவி மக்களை
ஊட்டி வளர்க்கப்-
போரிட்டு வாழ்ந்தாய்.
இப்போதோ,
அந்த மகனே இறந்து விட்டான்.
ரணகள பூமியில்
இறந்து கிடக்கும்
உன் மகனுக்கு
வாய்க்கரிசி இட
இப்போதே போ."

பாலுக்காக அழுத
அஸ்வத்தாமனின் குரல்
என் வறுமையை
எனக்கு உணர்த்தியது.
எனது இதிகாச, புராண
ஞானத்தால் ஒரு
சிராங்காய்ப் பாலைப் பெற முடியவில்லை!
சிராங்காய்ப் பாலுக்காக
ஏச்சும் பேச்சும்
நான் கேட்டேன்.
அவமானத்திலிருந்தும்
அவமதிப்பிலிருந்தும்
தப்பிக்க-
நான் ஆசானாகப் பணி ஏற்றேன்.
என் சீடர்களுக்கு நான்
பழிக்குப்பழி எனப் போதித்தேன்;
சினத்தையும், சதியையும்
கொலை வெறியையும் கற்பித்தேன்.
என் பிறப்பை மறந்தேன்;
குலத்தை மறந்தேன்;

குடிப்பிறப்பை மறந்தேன்;
என்னை நானே மறந்து விட்டேன்.
நாடும், அரசும்
நான் பெற்றேன்.
அதற்கிணையாய் என் அரசன்
கூப்பிட்ட குரலுக்குப்
போரிடச் சென்றேன் நான்.
சொல்லப் போனால்-
கூலிக்காக மாரடித்தேன்.
சிராங்காய்ப் பாலைப்
பெற வேண்டி
மூவுலகும் இழந்தேன்;
முற்றும் இழந்தேன்
பெரும் பதத்தை!
இப்போதோ,
பெற்ற மகன் என்னைக்
கரை ஏற்றி விட
சுவர்க்கம் ஏறும் அந்நிலையும்
இழந்தேன், அவனது மரணத்தால்!

காயத்ரி, ஸாவித்திரி, ஸரஸ்வதீ,
உங்களைக் கூவி அழைக்கின்றேன்!
எனது இறுதிப் பயணத்தில்,
என்னைக் காத்துக் கரை ஏற்றுங்கள்!
"க்ருபா, கர்ணா,
துரியோதனா
நான் சொல்வதை உற்றுக் கேளுங்கள்-
கவனமாகப் போரிடுங்கள்.
நான், துரோணன்,

இந்தக் கணத்திலிருந்து
எனது ஆயுதங்களைத்
துறந்து உதறி எறிகின்றேன்!”

விண்ணுலக தேவதைகளே,
வேண்டி அழைத்த என்
உயிரைத் தாங்கிச் சென்று,
சுவர்க்கத்தே விடுத்து
என்னை வாழ்த்துங்கள்.
என்னை நானே அறிவிப்பேன்,
கேளுங்கள்.
கேட்ட பின்,
என் பிறப்பை அறிந்து,
என் நிலை அறிந்து,
பொன்னுலகில் எனை
நாட்டுங்கள்–
“அபிவாதயே–
ஆங்கிரஸ, பர்ஹஸ்பத்ய
பாரத்வாஜ த்ரையாரிஷய:
ப்ரவரான்வித
பாரத்வாஜ கோத்ர:
ஆபஸ்தம்ப ஸூத்ர:
யஜுஸ் சாக அத்யாயீ
த்ரோண ஷர்மா நாம
அஹம் அஸ்மி போ:|”

அஸ்வத்தாமா...
அஸ்வத்தாமா...

இந்த நாடக நூலின் ஆசிரியர் வி.பாலகிருஷ்ணன் ஆங்கில நாடக ஆக்கப் பணியில் துறைபோகியவர்.

சென்ற இருபதாண்டுகளாக நாடகத் துறையில் ஆழங்கால் பதித்தவர்.

தேசிய நாடகப் பள்ளி மாணவராய் பயின்றவர்.

பாலகிருஷ்ணன் "தியேட்டர் நிஷா" என்ற நாடகக் குழுவினை நிறுவி 200க்கும் மேற்பட்ட மேடை நாடகங்களை அரங்கேற்றி வெற்றி கண்டவர்.

புதிய கோணமும், தெளிவான கருத்துகளும் கொண்ட அவரது நாடக பாணிகளால் தமக்கென ரசிக மக்களை உருவாக்கிக் கொண்டவர்.

"த்விஜோத்தமர்" என்கிற இந்த நாடகத்தில் துரோணர் என்கிற மஹாபாரத பாத்திரமாகவே மாறி நம் உள்ளங்களைக் கவர்ந்தவர்.

இந்தத் தமிழாக்கம் அவரது நாடக ஆளுமைகளை நமக்குத் தெள்ளத் தெளிய காட்டுகிறது

இந்நூலின் மொழிபெயர்ப்பாளர் நரசிம்மன், திருவாரூர் மாவட்டம் (ராஜ) மன்னார்குடியில் 18-05-1953 அன்று பிறந்தவர். குழந்தைப் பருவத்தை அவ்வூரில் கழித்தவர். பதின்பருவத்தில் சென்னை குரோம்பேட்டையில் குடியேறினார். இவர் சட்டம் பயின்றவர். இந்திய அரசு நிறுவனத்தில், பாரத தேசத்தின் பல்வேறு பிரதேசங்களில் பணிபுரிந்த அனுபவம் உடையவர். பல்வேறுவிதமான பண்பாட்டுப் பரிமாற்றங்கள் கண்டுணர்ந்தவர். தற்போது மனைவியுடன் சென்னையில் வாழ்ந்து வருகிறார்.